A
TAMIL PROSE READER

A HANDBOOK OF THE TAMIL LANGUAGE

A TAMIL PROSE READER

BY

G. U. POPE

'DIFFICULTIES WILL VANISH AS YOU LEARN ON-PROV

SEVENTH EDITION

GYAN

Published by

Gyan Publishing House
5, Ansari Road
Daryaganj, New Delhi-110002
Phone: 011-47034999, 9811692060
E-mail: books@gyanbooks.com

Distribution Network
gyanbooks.com
India, USA, Canada, UK, Australia, France

ISBN : 978-81-212-3063-6 (PB)

2nd Impression 2020

Printed at: Gyan Press, Delhi.

The book at your disposal is the edition of an old book originally published long back. The Text quality of this book may not be at par as compared to our other books but many readers approached us to reprint this important book so that it could satiate their hunger. We request all the readers of this book to help us to improve its quality by providing the necessary text of those pages which are not properly visible. Your valuable support in this case will be highly appreciated and acknowledged and our future readers will be benefitted immensely.

NOTICE

THIS Prose Reader contains scarcely a sentence which may not be of use to the learner. All the words in it will be found in the dictionaries. It will be a useful exercise for the student occasionally to re-write the pieces, using *synonyms;* to make precis of them; and, in some cases, to construct cross-examinations as on pp. 77–79.

It is not unneedful to remark that all references to the Handbook should be carefully looked up.

ERRATA.

Page 2,	line 17,	for சொன்னாகள்	read சொன்னாகள்
„ 2,	„ 34,	„ அங்கனமை	„ அங்கனமல்
„ 3,	„ 5-6,	„ சொல்லிருதுகளும்	„ சொல்லிருதுக்களும்
„ 4,	„ 8,	„ உத்தமபுத்திரத்திற	„ உத்தமபாத்திரத்திற
„ 4,	„ 27,	„ அதின	„ அதின்
„ 4,	„ 33,	„ சொறற்	„ சோறற்
„ 5,	„ 1,	„ அவிரவருக்	„ அவரவருக்
„ 5,	„ 7,	„ பிராணிகளும்	„ பிராணிகளும்
„ 6,	„ 3,	„ செதி	„ செது
„ 6,	„ 20,	„ ஈசி	„ ஈசா
„ 13,	„ 12,	„ மேல்வாசதை	„ மேல்வாசதை
„ 14,	„ 30,	„ விவரட்	„ விவரக்
„ 23,	„ 18,	„ நமைக்கது	„ நுமைக்கது
„ 23,	„ 19,	„ நமைடை	„ நுமைடை
„ 24,	„ 29,	„ இருக்த	„ இரக்து
„ 28,	„ 30,	„ அக்கிருக்த	„ அக்மிருக்த
„ 65,	„ 14,	„ இமருமக்ற	„ இமருமக்ற
„ 65,	„ 15,	„ சோசால்	„ சோரமை
„ 66,	„ 2,	„ இம்த	„ இத்த
„ 66,	„ 7,	„ கலெகட்டடாரிய	„ கலெக்ட்டடாரிய
„ 66,	„ 13,	„ சக்கதி	„ சக்கதி
„ 66,	„ 32,	„ இரசல	„ இரசம்
„ 69,	„ 14,	„ ஆஜரால்	„ ஆஜராய்
„ 71,	„ 5,	„ இக்த	„ இத்த
„ 71,	„ 31,	„ செய்து	„ செய்து

CONTENTS

CHAPTER I.

CLASSICAL PROSE.

[This may be read after Lesson 97.]

CHAPTER II.

BUSINESS TAMIL.

[This may be read after Lesson 41.]

CHAPTER III.

EASY STORIES.

[This may be used as seems desirable after Lesson 35.]

CHAPTER IV.

PAÑCHA-TANTHIRAM: FRIENDSHIP'S GAIN.

[This will be of use to those studying for the Higher Proficiency Test.]

CHAPTER V.

MAGISTERIAL BUSINESS: 'CUTCHERY TAMIL.

[These documents are of the highest importance to those studying for the Indian Civil Service.]

CHAPTER VI.

PETITIONS AND OFFICIAL CORRESPONDENCE.

[These are documents of especial interest, and will require, and reward, *repeated study*. They are printed as nearly as possible exactly as given in the manuscript.]

A TAMIL PROSE READER

CHAPTER I.

CLASSICAL PROSE.

[The references are to the Handbook (seventh edition). Consult pp. 20–23 occasionally.]

1.

பொய் நின்று (70, 77) மெய்யை (18) வெல்லுமா (70, 72, 46).

2.

வரவுக்குத் (190) தக்க (117, 157) செலவு செய்ய (41) வேண்டும் (39).

3. *Gratitude and Ingratitude.*

நல்ல குணத்தை உடையவர் (184, 185) ஆகிய (130) ஒருவருக்கு[ச்] (172) செய்த (74) உபகாரமானது (151) கருங்கல்லின்மேல் (131.*e*, 22, 251) எழுத[ப்] பட்ட (92) எழுத்து[ப்]போல (190, 227) நெடுங் (131) காலம் (233) விளங்கும் (72, 269); ஒழிந்த (74) அன்பில்லாத (121, 133) மனமுடைய (50) ஒருவருக்கு[ச்] செய்த உபகாரம் நீர்மேல் எழுத[ப்]பட்ட எழுத்து[ப்] போலச் செய்த அப்போது (25) தானே (108.*c*) அழியும் (72). ஆதலால் (148), எந்த[க்]காலத்திலும் (126) நல்லோர்க்கே (23) உபகாரஞ் (50) செயல் வேண்டும்.

NOTES.—Forms like உடையவர், &c., are called verbs by the Tamilians, and sometimes govern cases accordingly. To an English grammarian it seems more natural to consider உடை to be a preposition (= *belonging to*), governing the objective case, to which அவர் is added.

செய்த for செய்யப்பட்ட = *which has been done* or *conferred;* or an ellipsis of ஒருவன் = *which one has conferred. Tamil avoids the use of the passive voice as much as possible* (92).

ஒழிந்த qualifies ஒருவருக்கு, so does மனமுடைய. அன்பில்லாத qualifies மனம். In such cases it is difficult to say whether a word like ஒழிந்த belongs to அன்பு or reaches over to மனம். The sense must determine the question. ஒழிந்த ஒருவருக்கு = *to ones who remain, the rest.*

அன்பு + இல்லாத = அன்பில்லாத.

4. *The Turkey fancying itself a Peacock.*

காட்டில் (18–21) இருக்கிற (269) மயிலானது தன்னுடைய அழகுள்ள (133) கலாபத்தை விரித்து (64, 77) ஆட (169) அதைக் கண்டு (70, 77) அங்கிருந்த (உ elided) வான் (131) கோழியானது (151) தானும் (108. 7) அம்மயிலாக (25, 136) நினைத்துத் (64) தன்னுடைய அழகில்லாத (121) சிறகை விரித்து ஆடியது (87. *b*) போலுமே (227) இலக்கண இலக்கியங்களைக் கற்றவர் (70, 87) பிழையற்ற (90) கவியைப் பிரசங்கிக்க (169) அதைக்கண்டு அவைகளைக் கற்றறியாதவன் (77, 121) தான் கற்ற பிழையாகிய (130) கவியைத் தன்னையுங் கற்றவனாக எண்ணிப் பிரசங்கிக்கிறது (87).

For இலக்கணத்தையும் இலக்கியத்தையும், the two words formed into a compound and the pluralizing particle added to the last. GR. 156. The subject is பிரசங்கிக்கிறது. The final verb is போலும். [A very good example for analysis.]

5. '*Birds of a feather flock together.*'

நல்ல தாமரைப் (131) பூவை உடைய குளத்திலே நல்ல அன்னப் பறவை (131, 190) சேர்வது (88) போலக் (227) கற்றறிந்தவரே கற்றறிந்தவரை இச்சித்துச் (64) சேர்வார்கள் (72). காக்கை சுடுகாட்டிலே [270. (5)] கிடக்கிற (74) பிணத்தை இச்சிக்கும், அதுபோலக் கற்றறியாத மூடர் மூடரையே கொண்டாடுவார்கள் (255).

6. *The poisonous Cobra and the harmless Water-snake.*

தான் நஞ்சத்தை உடையதாயிருக்கிறதை (137, 87) அறிந்து நாகபாம்பு (131) ஒருவருங் காணாத [121. (4)] இடத்திலே (251) அஞ்சி (62, 77) ஒளித்துக் கொண்டு [106. (4), 259] இருக்கும்: தன்னிடத்திலே நஞ்சம் இல்லாத நீர்ப்பாம்பு (131) எல்லாருங் (127) காணும் (74) இடத்திலே இருக்கும்; அவை போல, மனத்தினுள்ளே (22, 251, 23) வஞ்சனையை (18. *a*) உடையவர் தம்மைத் தாமே மறைப்பார், வஞ்சனையில்லாத மனத்தையுடையவர் அப்படித் தம்மை மறைக்க மாட்டார் (117).

7. *The King and the learned Man—the superiority of the latter.*

அரசனையுங் குற்றந் தீரக் (so that every fault should REMOVE, 170) கற்ற (70) புலவனையும் ஆராய்ந்து (57) பார்த்தால் (95) அரசனைப் பார்க்கிலும் (196) புலவனே சிறப்பையுடையவன் ஆவான் (58).

அது எப்படி (98) எனில்,

அரசனுக்கு அவனுடைய தேசத்தில் அல்லாமல (202) அன்னிய தேசங்களிலே மரியாதை இல்லை (43, 6); புலவனுக்கு அவன் போன (58) தேசங்களில் எல்லாம் (127) மரியாதை உண்டாகும (43, 72).

The above seven bits would be generally regarded as perfect prose.

8. *The Three Fishes.* [Read H. B., pp. 20–23.]

[This and the next are translations, and a little foreign.]

ஒரு பெரிய குளத்தில் வருமுன்காப்பவன் (87) என்றும் (83), வருங் காற்காப்பவன் (= காலத்தில்) என்றும், வந்தபின்காப்பவன் (85) என்றும், மூன்று மீன்கள் அநேக நாளாய் (40, = *for many days*) வாழ்ந்து கொண் டிருக்கும் நாளில் ஒரு நாள் (233) வலைக்காரர் (181) வந்து, இதிலே தண் ணீர் கொஞ்சமாயிருக்கிறதா[து + ஆ]கையால் (137, p. 22) நாளை வந்து இதில் (145) இருக்கிற (74) மீன்களை எல்லாம் பிடிப்போம் என்று பேசிக் கொண்டதை வருமுன்காப்பவன் கேட்டுத் தன் சினேகிதரிடத் திற் (29. *b*) போய் (78) நாம் இவ்விடம் (25) விட்டுச் (254) சீக்கிரமா கப் (136) புறப்பட (262) வேண்டும், இனி இங்கே (25) ஒருநிமிஷநேர மும் (131) இருக்கல் (148) ஆகாது (117) என (82), இதைக் கேட்டு (70), வருங்காற்காப்பவன் சொல்லுகிறது (34): நமக்கு விபத்து வரும் போது பார்த்துக் கொள்ளுவோம், காரியம் நேரிடும் (263) போது அதற்குத் தக்க தாகப் (157) புத்தி உண்டாகும் என, பிறகு (225) வந்த பின்காப்பவன்: தன்னிடத்தை விட்டு விடுகிறது (254) தான் மூர்க்கத்தனம்; ஏனென் றால் (214), எது வரத் தக்கதோ (157, 46) அது (217) வரவே (168) வரும், யாதொன்று வர்த் தகாததோ (121. 5), அதை நாம் வருந்தி அழைத் தாலும் (100) வராது (110); ஆதலால் (148), நான் வர மாட்டேன் (117) என்று சொல்லி அந்தக் குளத்திலேயே (23, 193) இருந்தது. பிறகு, வருமுன் காப்பவன் வேறு இடத்திற் போய் விட்டது (254). மறுநாள் உதயத்திற் செம்படவர் வந்து, வலையெறிந்து (50) மீன்களைப் பிடித்தார்கள்; அதில் வருங்காற் காப்பவன் அகப்பட்டுச் (161) செத்தாற் (58, 227) போற் பாசாங்கு பண்ணிக் கொண்டிருந்தது. அதைப் பார்த்து, இது செத்தது (58) என்று எண்ணிக்கொண்டு செம்படவன் அதைக் கரைமேற் போட்டு வைத் தான் (261). இதற்குள்ளே (= *in the meanwhile*) அது அவன் கண் ணுக்குத் (242) தப்பித் தண்ணீரிற் புகுந்து (56. II) ஜீவித்துக் கொண்டது. பிறகு வந்தபின் காப்பவன் வலைக்குள் (251) அகப்பட்டு இப்போது என்ன செய்யலாம் (103) என்று, அங்கும் இங்கும் ஓட (169) அதைச் செம்படவன் கண்டு தடியால் அடித்துக் கொன்றான். மற்றிரண்டும் சுகம் அடைந்தன, ஆகையால் (143) எதையும் (126) ஆலோசித்துச் (163) செய்ய வேண்டும்.

9. *The Merchant resolves to engage in business again.*

தென்னாட்டிலே மகிழாரூப்பியம்[1] என்னும் (132) பட்டணத்தில் வர்த்தமானன்[2] (127) என்னொரு (171) வர்த்தகன் இருந்தான் (60. II).

[1] S. MAHILĀ = *a woman*, RŪPYA = *beautiful.*
[2] S. VARDDHAMĀNĀ = *thriving.*

அவனுக்கு (242. 2) வெகு பணம் இருக்கும் (100. 1) இன்னஞ் (124, 125) சம்பாதிக்க வேண்டும் என்கிற (84) ஆசையினால் ஆலோசிக்கல் (148, 268) ஆனான். எப்படி என்றால் (98), யாதொன்று (203) சம்பாதிப்பது (88) அருமையோ அதைச் சம்பாதிக்க வேண்டும் (is anything difficult of acquisition? that (one) must acquire); சம்பாதித்ததைக் (nom. தான் understood, 108) காப்பாற்ற (87) வேண்டும்; காப்பாற்றினதை (87) விர்த்தி [விருத்தி] பண்ண (165) வேண்டும். விர்த்தி பண்ணினதைத் தானும் (108. 7) அனுபவித்து (77) உத்தமபார்த்திரத்திற் (131, 196. 2) செலவழிக்க (190. *a*) வேண்டும். ஏனென்றால், காப்பாற்றாத (121. 4) திரவியம் நாசம் ஆகும் (165); விர்த்தி பண்ணாதது (121. 4) குறையும்; தானும் அனுபவித்துச் (77) சத்பாத்திரத்திற் செலவழியாதது (121. 5) வீண் ஆகும் எனச் (82) சாஸ்திரம் இருக்கிறதினாலும் (and by there being = *both because there is*, 87, 126); மேலும், இன்பமும் புண்ணியமும் கீர்த்தியும் மனிதர்க்குள்ளே [= மனிதருக்குள்ளே] (242. 11) பெருமையும் உறவும் நினைத்தது (87, 50) முடித்தலும் (148) யாருக்குண்டு (133)? திரளாகப் (136) பணங் (50) குவித்தவர்களுக்கே (88, 23, 108) உண்டு. இல்லாதவர்கள் (121. 5) உலகத்திலே நடைப்பிணம் (a walking corpse, 131) ஆவார்கள் (58) ஆகையினாலும் (145); மேன்மேலுஞ் சம்பாதிப்பதே (88, 23) யோக்கியம் (6) என்று ஆலோசித்துக்கொண்டு (106. 4. *a*) தன்னிடத்தில் இருக்கிற (74) சரக்குகளை வண்டியில் ஏற்றி (77), அதிற் சஞ்சீவகன்[1], நந்தகன்[2] என்னும் (132) பெயரை உடைய (185) இரண்டு (172) எருதுகளைப் பூட்டி (87) நடத்திக் (160) கொண்டு (106. 4. *b*) தேசாந்தரம் (234, 235) போனான் (58).

10. *The Sunrise*. See Lesson 58.

[This is a specimen of Sanskrit-Tamil. The style is inflated, and the idiom not pure. It is in the worst possible taste!]

அதின இராக்காலங் (the night season of that day) கழிந்து, ஆயிரங் கிரணங்களைப் படைத்திருக்கின்ற (87, 79, 33) சூரிய பகவான் (131) கிழக்குத் திசையில் நிற்கின்ற (70, 33) உதயகிரியினிடத்திற் [131 (Key, App. III)] றோற்றிய காட்சியானது (151) எப்படிக்கிருந்ததெனில் [எப்படிக்கு = எப்படி] (199, 98): உலகங்களை அலைத்துத், தீனரை வாட்டிப், பற்பல கொடுமைகளைச் செய்து வீறி இருக்கின்ற செயசாலிகள் (181) ஆகிய அவுணர் (131) பூண்டை வேரறக் களைவதாக (170, as if it would weed out) வெற்றி வேலாயுதத்தைத் திருக்கரத்திற் கொண்டிருக்கும் ஒப்பற்ற பால சுப்பிரமணிய தேவர்[3] இத்தினம் பிரயாணப்பட இருக்கின்றனர்; பிரமனுதிய (151, 185)

[1] S. *fellow-servant*. [2] S. *joy-causer*.
[3] Subramanya, the Hindu Mars.

தேவர்கள் அனைவருங் களித்துப் போற்றிச் சூழ்ந்து போவார்கள்; காமும் விரைவிற் சென்று அவர்களுடன் தரிசிக்காமல் இருப்பது அழகன்று என நினைத்தெழுந்தவனைப் போல ஒற்றை [one-wheel'd] வண்டிலையும் ஏழு பச்சைக் குதிரைகளையும் உடைய (185) இரதத்தில் அருணன் சாரத்தியஞ்[1] செய்வதாகச் சூரியன் ஏறிக் கீழ்த்திசையில் உதித்த தறுவாயில் (தாவாய்) ராட்சதப் பாதகரைப் போல உலகங்களிற் பரந்து விருத்தி இருந்த இருள் அனைத்தும் அதப்பட்டுச் சகல பிராணிகளும் வீறிக் களிப்படைந்தன. [Skāndam.]

11. Read with Lesson 41.

As a specimen of vulgar Tamil or கொச்சை, the following sentences from the அரிச்சந்திர விலாசம், or play of 'Harischandra,' are inserted. The verses are given with the prose version, full of *patois.*

The person who speaks is the தோட்டி, வெட்டியான் or scavenger of Kāçi, whose business it was to burn the dead and to act as public executioner.

Harischandra is offered for sale as a slave.

Enter தோட்டி.

VERSE. [விருத்தம்: a species of metre.]

ஆர் ஐயா ஆண்டே இங்கே ஆள் விலை கூறக் கேட்டேன்?
பேர் என்ன? ஊர் தான் (108) என்ன? பேசிய (74) விலைதான் என்ன?
பாரினிற் (22) பறையனுனே [ன்க்]; பணத்தையுங் கொடுத்தால் இந்தத்
தீரனும் ஆளை விற்கச் சித்தம் உண்டாமோ, சொல்வாய் (169).

PROSE.

எ (193) ஆண்டே! எ ஆண்டே! ஆர், ஐயா, இங்கே ஆளை விலைக்கி விக்கிறது? நான் தோட்டி சாமி, நான் பணத்தைக் கொடுத்தால் விக்கிறத்துக்கு (94. note) மனசுண்டா (43, 46)? அப்படி ஆனல் (98) எந்த ஊர்? பேர் என்ன? விலை என்ன, செல்லையா, செல்லு!

NOTES.—ஆண்டே or ஆண்டையே. ஐயா thrown in as a kind of interjection. விலைக்கி = விலைக்கு. விக்கிறது = விற்கிறது (70, root வில், like கல்). ஆர் விற்கிறது = *who is it that is selling?* The neut. verb is often used in such cases. விக்கிறத்துக்கு = விற்கிறதற்கு (157. *d*). The corruption of கிறதற்கு into கிறத்துக்கு is very common. செல்லு = சொல்லு. A common corruption in pronunciation.

[1] Driving. See ஊர்.

The person who sells Harischandra replies:

VERSE.

சித்தமாய் இவரை நானே தேதி (? செடு) கினில் விலையே (50, 23) கூறி
விற்றிட (263.8) வந்தேன்; மெய்யே, விலை நீ தான் கொடுப்பாய் (98) ஆனால்
சத்தியமாக விற்பேன்; சாதியும் ஊரும் பெயரும்
குற்றம் இல்லாமற் (202) சொல்லிக் கொண்டிடில் (263,95) மிகவுநன்றே (51).

PROSE.

ஆம் (104) அப்பா (194), இவரைத் தான் விலைக்கு விற்க வந்தேன். நீ கொள்ளும் போல் (227) இருந்தால் மெத்த சந்தோஷம். உன்னைப் பார்த்தால் (97) எனக்குச் சந்தேகமாயிருக்கிறது. உன் சாதி, ஊர், பேர் தெரியச் சொல்ல வேணும், அப்பா!

NOTES.—Before தெரிய is understood எனக்கு (39, 157).
உம் is understood after சாதி, ஊர், and பேர் (Latin idiom).
கொள்ளும் போல் இருந்தால் = *if there is a probability of your buying.*

The வெட்டியான் replies:

VERSE.

சாதியிற் (251) பறையனே, சபஞ் (for சவம்) சுடு சுடலை (270.5) காப்பேன் (269. c),
நீதிவா (220) இந்தக் காசித் திரு நகர்த் (50) தோட்டி, ஐயா!
வீதியில் விலை தான் கூறி விற்பதால் கேட்க வந்தேன்;
நீதியாய் இருந்து விற்றால் நிலை(லை)வரமாகக் கொள்வேன்.

NOTES.—சாதியில் = *in caste* = 'as to my caste.'
விற்பதால். Root வில் (70. 1).
Sing. neut. part. noun fut. விற்பது (88).
This in the 3rd case is விற்பதால் = *because you are selling.*

PROSE.

என்னுடைய சாதியோ பறச்சாதி. என் பேரோ வீரவாகு (= *strong-ith'-arm*). நான் இந்தக் காசி நகரத்திலிருக்கிறது. சுடலை காக்கிற தோட்டி. வீதியிலே விலை கூறி விற்றபடியினாலே (239. 2) கேக்க வந்தேன். உங்கட்குச் சம்மதிப் பட்டால் (161) விலைக்கிக் கொள்ளுகிறேன் (269. 6). கோபம் பண்ணாதே, ஆண்டே!

NOTES.—என்னுடைய சாதியோ = *as regards my caste.* ஓ is thus used for *but if you ask* (comp. 46); என்றால் is added often (98).
பறச்சாதி for பறைச்சாதி (131).
நான் இருக்கிறது. This is common = *the place where I dwell.*
[நீ எங்கே இருக்கிறது? *Where do you live?* நான் இருக்கிறது தஞ்சாவூர் *I live in Tanjore.*]
கேக்க = கேட்க.

The அரிச்சந்திர விலாசம் is well worth reading, although it contains one or two passages unfit for perusal.

12. To be read with Lesson 97.

A verse. The following quatrain is celebrated.

The Tamil philosophers divide the subjects of composition into four classes, embracing அறம் *virtue*, பொருள் *possessions*, இன்பம் *pleasure*, and வீடு *final deliverance from this mortal coil* (III. Gram. 215). AVVAI was asked for a definition of these. She replied,

ஈதல் அறந் தீவினை விட்டீட்டல் பொருள்; எஞ்ஞான்றும்
காதல் இருவர் கருத்துறவைத் தாதரவு
பட்டதே இன்பம்; பரனைநினைந் திம்மூன்றும்
விட்டதே பேரின்ப வீடு.

The words not in common use are ஈட்டல் = *collecting together;* எஞ்ஞான்றும் = *ever* (126); காதல் *affection;* உற *to subsist;* நினைந்து for நினைத்து; பரன் *the Supreme.*

The first syllable of each metrical foot is marked by an accent.

For the metre, see Pope's *Nālaḍiyār*.

CHAPTER II.

BUSINESS TAMIL.

1. *A Letter from a Court Pleader.*

[The first line is the exact original. The second is the corrected version. Compare them carefully. Read them aloud to accustom your ear to the corruptions.]

மகா ஸ்ரீ தஞசாவூா சிமிறறு துறை யவாகள
மகா இராயஸ்திரி தஞ்சாவூர், சிமிற்று துரை அவர்கள்

சமுகதத துககு வககீல இரஙகசாமி சாஸதிரி சலாம
சமுகத்துக்கு வக்கீல் இரங்கசாமி சாஸ்திரி சலாஞ்

செயிது யெழுதிககொணடது :
செய்து, எழுதிக்கொண்டது :

௱௯—மஹூல ஆகஷடடு ௴ உ௰௨ உ போடடு தவாலில
௱௯ வருஷத்தில் ஆகஷ்ட்டு மாசத்தின் உஉதேதி போட்டு, தவாலில்

அனுபபிய தஙகளுடைய காகிதம மேறபடி ௴ உ௰௬உ சோநது அதில
அனுப்பிய தங்களுடைய காகிதம் மேற்படி ௴ உ௬உ சேர்ந்து, அதில்

கணடதுகளையும அறிநது கோண டேன புதுசாயி அசிடடாணடு
கண்டவைகளையும் அறிந்து கொண்டேன். புதிதாய் அசிஷ்டாண்டு (187)

ஜடஜி துரை யவாகள பயிணடாயி வநது மேறபடி நமபாகளை
ஜட்ஜி (187) துரை அவர்கள் பயிண்டாகி வந்து, மேற்படி நம்பர்களைப்

பததி பிறஸதாபிக குமபோது ௬௭௯அ—ம நமபறை பததி அபபில
பற்றிப் பிரஸ்தாபிக்கும்போது, ௬௭அ—ம் நம்பரைப் பற்றி அப்பீல்

ஆனசா தடுககவேணடிய அவசறமிலலை யெனபதையும உ௱௯—ம
ஆன்சர் கொடுக்கவேண்டிய அவசரமில்லை என்பதையும், உ௦௯—ம்

நமபறைபததிதஙகளுடைய அபிபபிறயததை அறிநது கோணடு தெறி
நம்பரைப் பற்றித் தங்களுடைய அபிப்பிராயத்தை அறிந்து கொண்டு தெரி

யபபடுதத வேணடியதையும பிறஸதாபிக கலாம எணடு யெணணி
யப்படுத்த வேண்டியதையும், பிரஸ்தாபிக்கலாம் என்று எண்ணி

யிருககயில புதுசாயிவநத மகா இராஜஸதிரி அசிட்டாணடு ஜடஜிதுறை
இருக்கையில், புதிதாய் வந்த மகா இராயஸ்திரி அசிஷ்டாண்டு ஜட்ஜி துரை

யவாகள கூாஎயஅ—ம நமபறில யென தஙகள மாறிபததில அப
அவர்கள் கஉஅ—ம் நம்பரில் என் தங்கள் மாரிபத்தில் அப்

பிலானசா துடுககயிலலெ யெணடு பிறஸதாபிததாாகள ஆனசா தே
பீல் ஆன்சர் கொடுக்கவில்லை என்று பிரஸ்தாபித்தார்கள். ஆன்சர் தே

வயிலலெயெனகிற தஙகளுடைய அபிபபிறயததை தெறிநது கோண
வையில்லை என்கிற தங்களுடைய அபிப்பிராயத்தைத் தெரிந்து கொண்

டிநுபபதுனலெ ஆனசா வேணடியதிலலெ யெணடு டிசமபா மூ அஉ
டிருப்பதினலே, ஆன்சர் வேண்டியதில்லை என்று டிசம்பர் மீ அஉ

அறிவிததுககோணடேன மெலூா சறுவ மானனிய நிலததைககுறிதது
அறிவித்துக்கொண்டேன். மேலூர் சர்வ மானிய நிலத்தைக்குறித்துச்

சகல தேஸதாவெசுகளெயும சேனனபபட்டணததில யிருககும லாயா
சகல தஸ்துவேசுகளையும் சென்னபட்டணத்தில் இருக்கும் இலாயர்

துறையவாகளிடததுககு அனுபபியிருககுறதாயும மெலபபடியாாக
துரை (187) அவர்களிடத்திற்கு அனுப்பி இருக்கிறதாயும் மேல்ப்படியார்க

ளுடைய அபிபபிறயம ஒருவாரததில தெரியவருமெணடு அதாககுள
ளுடைய அபிப்பிராயம் ஒரு வாரத்தில் தெரியவரும் என்றும், அதற்குள்

ளாக கோறடில கேழபபதுகளுககு ஜவாபு துடுகக வேணும
ளாகக் கோர்ட்டில் கேட்பவைகளுக்கு ஜவாபு கொடுக்க வேண்டும்

எனறும தீாபபாகுறதாககுமுன ஆக்ஷேபிதது மனுதுடுககவேணும
என்றும், தீர்ப்பாகிறதற்கு முன் ஆக்ஷேபித்து மனுக்கொடுக்கவேண்டும்

எனறும விபறமாயி முறகாயிததில கணடெழிதி யிருககுறீாகளெ சேன
என்றும் விவரமாய் முற்காயித்தில் கண்டு எழுதி இருக்கிறீர்களே. சென்

னபபட்டணம லாயா அவாகள யெவவிதமாயி மேல நடதத வேணடி
னபட்டணம் இலாயர் அவர்கள் எவ்விதமாய் மேல் நடத்த வேண்டி

யதை குறிதது தஙகளுககு யெழுதியிருககுறாகள அதைபபதறி னான
யதைக் குறித்துத் தங்களுக்கு எழுதி இருக்கிறார்கள்? அதைப்பற்றி நான்

கோறடில யெனன அறிவிததுகோளள வேணும எனறு தஙகளுடைய
கோர்ட்டில் என்ன அறிவித்துக்கொள்ள வேண்டும் என்று தங்களுடைய

அபிபபிராய மிருககுதோ அதைநான அறிநதுகோளளுமபடி யெழுதி
அபிப்பிராயம் இருக்கிறதோ அதை நான் அறிந்துகொள்ளும்படி எழுதி

யனுபப உததரவாக வேணும நெததியதின மேறபடி கோறடடு
அனுப்ப உத்தரவு ஆக வேண்டும் நேற்றையதினம் மேற்படி கோர்ட்டு

யேடதுமஸ்தா மேலூா சமமநதமான ஊாறு—ம நமபரை பதறீ
எட்டுமஸ்தா மேலூர் சம்மந்தமான உறு—ம் நம்பரைப் பற்றிக்

கோறடடில ஜடஜிதுறை யவாகளமுனபாக யேனனே கேடடாா தங
கோர்ட்டில் ஜட்ஜி துரை அவர்கள் முன்பாக என்னைக் கேட்டார். தங்

களுகத அறிவிதது சோலல வேணுமேனறு அவறிடம சோலலி
களுக்கு அறிவித்துச் சொல்ல வேண்டும் என்று அவரிடத்தில சொல்லி

யிருககிறேன ஆககசசே அது விஷயததில சீககிற மாயி தஙகளுடைய
இருக்கிறேன். ஆகவே, அந்த விஷயத்தில் சீக்கிர மாய்த் தங்களுடைய

அபிபபிறயததை நான அறிநது கோளள உததிறவாக வேணும.
அபிப்பிராயத்தை நான் அறிந்து கொள்ள உத்தரவு ஆக வேண்டும்.

வேணும் / சலாம்

இரங்கசாமி சாஸ்திரி,

௲அாதிசம்—௵ வக்கீல்.

ஜனவரிமீ ௰௳.

The chief differences to be noticed are—

1. குடு for கொடு. 2. ற for ர. 3. குற for கிற. 4. The mute sign (புள்ளி) is omitted throughout, as are all stops, &c. 5. The words are not separated. 6. உடய for உடைய in the 6th case. 7. எண்டு for என்று. 8. ஆயி for ஆய், though now obsolete, is really good.

In regard to grammar:—

Note 1. அவர் இடம் for அவரிடத்தில். This is poetical! இடம் is used absolutely as the sign of the 7th case (251).

2. ஆகச்சே is very vulgar. It was written formerly ஆகச் செய்தே = *thus having done*. It is equivalent to ஆகையால்.

3. அது for அந்த, common but vulgar.

Several idioms are worthy of notice:—

1. மகா இராசஸ்ஸ்ரீ is a Sanskrit form.

மகா இராசமானிய இராசஸ்ஸ்ரீ = *one who possesses, &c.*
great kingly king's felicity.

2. கண்டு எழுதி இருக்கிறீர்களே, lit. *having seen, you have indeed written* = *you have seen fit to write.*

3. மேல் for இனிமேல் *hereafter.*

4. உத்தரவு ஆகவேண்டும், lit. *an answer must become* = *I beg for a reply.*

2. *Analysis of a Complaint preferred in a Civil Court.*

௪௰௯ ௱௰௪.

49th year (1849), No. 114.

திவானி அதாலதது குமபகோண ஜிலலா அடிஷதுல
திவானி அதாலத்து கும்பகோணம் சில்லா[1] அடிஷனல்

சதாமீன வாகள சமுகததுககு வாதிகள பாபவிறு
சதரமீன் அவர்கள்[2] சமுகத்துக்கு[3]: வாதிகள் பாவவிறு

சம தாலுககா சடையஙகாலில யிருககும யெறநது
சம் தாலுக்கா சடையங்காலில் இருக்கும்[4] இறந்து

போன அடைககல துறகொணடான மகனுகள
போன அடைக்கலத்[5] துறகொண்டான் மகன்கள்

வையிததிலிஙக துறகொணடான-௧-மாரியாயி யென
வைத்திலிங்கம் துறகொண்டான் (௧); மாரியாயி என்

கிற மாரிமுதது துறகொணடான-௨-அநதஸது
கிற மாரிமுத்துத் துறகொண்டான் (௨); அந்தஸ்து

மிராசு பிரதி வாதிகள மேறபடி ஊரிலயிருககும
மிராசு, பிரதிவாதிகள், மேற்படி ஊரில் இருக்கும்

யெரநதுபோன சுபபிறமணிய துறகொணடான
இறந்துபோன சுப்பிரமணியன் துறகொண்டான் (248)

பெணசாதி தனுகோடி அநதஸது வீடடுகுடித
பெண்சாதி தனுக்கோடி: அந்தஸ்து வீட்டுக்குடித்

தனம. நனசெய புனசெய வகையாா நிலம கெ
தனம். நன்செய் புன்செய் வகையரா நிலம் கி

டைகக வேணடிய சஙகதியில பொறுமானம ரூபா
டைக்க வேண்டிய சங்கதியில், பரிமாணம் ரூபாய்

௱௬௰௫ அணு-௯-வாதிகள மேறபடி பிரதிவாதிபெரில
௧௬௫, அணா ௯; வாதிகள் மேற்படி பிரதிவாதிபேரில்

செயயபடட பிருது எனனவெனறுல
செய்யப்பட்ட[6] பிராது என்னவென்றால்:

முதலாவது பிரதிவாதி புருஷனும நாஙகளும சகோதிறளானதினால[1]
I. *க-லாவது பிரதிவாதி புருடனும் நாங்களும் சகோதரர்கள் ஆனதினால்*

மேறபடி சடையஙகால ஆசசநதிறாககக கிறமம வேலி-கய நிலததில
மேற்படி சடையங்கால் ஆச்சந்திராக்க கிராமம் வேலி (கய) நிலத்தில்,

யெஙகளுககு பிதுறாசிதமாயி சொநதமான மூணிலொணணுககுளள
எங்களுக்கு பிதிரார்ச்சிதமாய் சொந்தம் ஆன மூன்றில் ஒன்றுக்கு, உள்ள

நனசெய புனசெய வகையரா வேலி ய நிலததுககு யெஙகளில முதல
நன்செய் புன்செய் வகையரா வேலி கய நிலத்துக்கும் எங்களில் முதல்

வாதி பெறால மிறாசு தாககலுடன நிறாகேஷபனை யாயி அனுபவிதது
வாதி பேரால் மிராசு தாக்கலுடன் நிராட்சேபனை யாய் அனுபவித்துக்

கொணடு மேறபடி கிறாமததின மேலவாறததை மடடும தஞசாவூா
கொண்டு, மேற்படி கிராமத்தின் மேல்வாரத்தை மட்டும் தஞ்சாவூர்

மிசியொன பாதிரியாறுககு கமபெனியாறால மானியம செயயபபடடி
மிசியோன் பாதிரியாருக்குக் கம்பேனியாரால மானியம் செய்யப்பட்டி

நககற படியால யெஙகளுடைய மேறபடி மிறாசு நிலததுககு மேலவா
ருக்கிற படியால் எங்களுடைய மேற்படி மிராசு நிலத்துக்கும் மேல்வா

றததை பாதிரியாருககு செலுததிகொணடு நாஙகள அவிபததா
ரத்தை பாதிரியாருக்குச் செலுத்திக்கொண்டு (106) நாங்கள் அவிபத்தர்

ளாயும யெகயோக கேஷமமாயும இருநது வருகையில யெஙகளில
களாயும் ஏக யோகக்ஷேமமாயும் இருந்து வருகையில் எங்களில்

சறுவ ஜேஷடனாகிய மேறபடி பிறதிவாதி புருஷன புததிரசநததியன
சருவ சேட்டன் ஆகிய மேற்படி பிரதிவாதி புருடன் புத்திர சந்ததி

னியில பறாபவ ௵ சிததிரை ௴ததில யெறநது பொயிவிட
அன்றியில் பராபவ வருடம் சித்திரை மாதத்தில் இறந்து போய்விட்

டான அவனுககு நாஙகள சகல கறமஙகளும செயது திதியும செயது
டான், அவனுக்கு நாங்கள் சகல கருமங்களும் செய்து திதியும் செய்து

வருகிறோம[2]
வருகிறோம்.

உ-வது இபபடிககிறுககையில சிவனுமசககாறி யான மேறபடி
II. *உ-வது: இப்படிக்கிருக்கையில் (144) சிவனும்சக்காரி ஆன மேற்படி*

பிறதிவாதியின அனுமதியின பெரில வலஙகிமான தாலுககா செமபஙகுடி
பிரதிவாதியின் அனுமதியின் பேரில் வலங்கமான் தாலுக்கா செம்பங்குடி

றமலிஙக தெனகொணடான யெனபவன சிலருடன துமபல கூடி
ராமலிங்கத் தென்கொண்டான் என்பவன் சிலருடன் கும்பு கூடி

வநது மெறபடி பிறதிவாதியின பெண விசாலாகஷியை கலியாணம
வந்து மேற்படி பிரதி வாதியின் பெண் விசாலாட்சியைக் கலியாணம்

செயதுகொளள வெணு மெனகிற கருததுனல நாஙகள
செய்து கொள்ள (104) வேண்டும் என்கிற (130) கருத்தினால் நாங்கள்

பொடடிருநத நகைகளுடன அவளையும பினனும சில பெஙகளுடைய
போட்டிருந்த நகைகளுடன்[9] அவளையும் பின்னும் சில எங்களுடைய

தடயஙகளையும துறகிறதமாயி கொணடு பொனதை குறிதது
தடயங்களையும் துராகிருதமாய்க் கொண்டு போனதைக் (258) குறித்து

சயிஎ-(வரு) ஜுன மூததில முதலவாதி அவாகள பெரிலும நிறுமிததியமாயி
சஎ-வருடம ஜூன் மாதத்தில் முதல் வாதி அவர்கள் பேரிலும் நிர்நிமித்தமாய்

முதல வாதி பெரில மெறபடி பிரதிவாதியும பாவவினச தாலுககா
முதல் வாதி பேரில் மேற்படி பிரதிவாதியும் பாவவினாசத் தாலூக்கா

மெஜஸதிரெடடில செயதுகொணட பிறதுககாக மெறபடி பொலிஷ
மேஜஸ்திரட்டில் செய்துகொண்ட பிராதுக்காக மேற்படி போலீஸ்

ஆபிசா பிறதிவாதிககு உபெடசையா யிருநது கொணடு முதல வாதியை
ஆபிசர் பிரதிவாதிக்கு உபேட்சையாய் இருந்து கொண்டு முதல் வாதியை

றஜியாயி பொக சொலலி நிறபநதம செயததுனல சில மததியஸ
இராசி ஆய்ப் போகச் சொல்லி நிர்ப்பந்தம் செய்ததினால் சில மத்தியஸ்

தாளை வைததுகொணடு பிறதிவாதியினுடைய ஆயிசு வரையிலுளள
தர்களை வைத்துக் கொண்டு, பிரதிவாதியினுடைய ஆயுள் வரையில் உள்ள

சிவனாமசததுககாக மெறபடி நிலததில நனசெயில வேலி ௩ நிலம
சீவனாம்சத்துக்காக மேற்படி நிலத்தில் நன்செயில் வேலி ௩ நிலம்

னஙகள விடுகிறதெனறும அதை அவா ஒததி பெநதக முதலானது
நாங்கள் விடுகிறதென்றும் அதை அவன் ஒத்திபந்தயம் முதலானது

செயயாமல தின வரிமானததை கொணடு காலகெஷபம செயது
செய்யாமல் அதின் வருமானத்தைக் கொண்டு காலட்சேபம் செய்து

வருகிறதெனறும தீரமானம செயது கொணட பிரகாரம அதுவிபறங
வருகிறதென்றும் தீர்மானம் செய்து கொண்ட பிரகாரம் அது விவரங்

களைககணடு பிலவஙக(வரு) மாாகழிமூ யிஎ-யில பிரதிவாதிககு
களைக் கண்டு பிலவங்க வருடம் மார்கழி மாதம் கஎ தேதியில் பிரதிவாதிக்கு

னஙகளும அவனயெஙகளுககும ஒடமபடிககைகள பிறபபிவிதது
நாங்களும் அவன் எங்களுக்கும் உடன்படிக்கைகள் பிறப்பித்துக்

கொணடு அதைககணடு மேறபடி மெஜஸதிறேடடு பிறதுகது றசி
கொண்டு அதைக் கண்டு மேற்படி மேஜஸ்தரட்டுப் பிராதுக்கு இராசி

ஞமாவும தடுககபபடடிருககுது
நாமாவும் கொடுக்கப்பட்டிருக்கிறது.

௩-வது றசிஞமாவை வாஙகிகோணட போலிஷ ஆபிசா
III. ௩-வது இராசிநாமாவை வாங்கிக்கொண்ட போலீஸ் ஆபீசர்

யெனன காறணததுனுலேயோ சிவனும சககாறியான பிறதி வாதிககி
என்ன காரணத்தினுலேயோ சீவனும்சக்காரியான பிரதிவாதிக்கு

மேறபடி நிலததில ௩-ல ஒணணு கேடைககவேணடியது போல
மேற்படி நிலத்தில் ௩-ல் ஒன்று கிடைக்க வேண்டியது போல

அனிதமாயி அதூறுககு அறஜி யெழுதி மேறபடி ய-வேலி நிலததில-௩-ல
அநீதியாய் அகுருக்கு அர்ஜி எழுதி, மேற்படி ய-வேலி நிலத்தில் ௩-ல்

ஒணணுககுளள அடியில கணட நிலததை பிறதிவாதி வசபபடுததுமபடி
ஒன்றுக்குள்ள அடியிற் கண்ட நிலத்தை பிரதிவாதி வசப்படுத்தும்படி

உததிரவு வநதிருககுறதாயி அவள வசபபடுததினது ஞாயதபபெனறும
உத்தரவு வந்திருக்கிறதாய் அவள் வசப்படுத்தினது நியாயத் தப்பென்றும்

மேறபடி றஜிஞமா உடனபடிககைககளைககணடு முதலவாதி அதூரில
மேற்படி இராசிநாமா உடன்படிக்கைகளைக்கண்டு முதல்வாதி அகுரில்

வாககுமூலம தடுததததறகு செமமையாயி விசாறணைசெயது ஞாய
வாக்குமூலம் கொடுத்ததற்குச் செம்மையாய் விசாரணை செய்து நியாய

'மான உததிரவு செயயாமலிருககுறாகள
மான உத்தரவு செய்யாமலிருக்கிருர்கள்.

௪-வது மேறபடி பிறதிவாதி புருஷனும ஞஙகளும அவிபததாளாயும
IV. ௪-வது மேற்படி பிரதிவாதி புருடனும் நாங்களும் அவிபத்தர்களாயும்.

நாளதுவரையில மேறபடி நிலமைகளுககு முதல வாதிபெறல மிறசு
நாளது வரையில் (211) மேற்படி நிலமைகளுக்கு முதல் வாதிபேரால் மிராசு

யிருபபதுநதவிர யெறககனவே சிவனுமசகாறியும அவளுககும மேறபடி
இருப்பதுந்தவிர எற்கனவே சீவனும்சக்காரியும் அவளுக்கும் மேற்படி

நிலததுககும யாதொரு சமபந்தமிலலாயலும மெலெழுதியபடி ஒடமப
நிலத்துக்கும் யாதொரு சம்பந்தம் இல்லாமலும் மேலெழுதியபடி உடன்ப

டிககை பிறநது அநதபபடியே மெஜஸதிறேடடில றஜி ஞமாவும
டிக்கை பிறந்து (256) அந்தப்படியே மேஜஸ்திரட்டில் இராசிநாமாவும்

பிறநதிருககயில யெஙகள வசததிலிருநத நிலததை பிறதிவாதி வசப
பிறந்திருக்கையில் எங்கள் வசத்தில் இருந்த நிலத்தைப் பிரதிவாதி வசப்

படுதத உததரவு செயய றிவினியு அதிகாறஸதாளுககு அதிகாறமிலலா
படுத்த உத்தரவு செய்ய றிவினி அதிகாரஸ்தர்களுக்கு அதிகாரம் இல்லா

ததுனாலும அபபடி வசபபடுததினது ஒழுஙகுததபபாயும அது செல
தத்தினாலும் அப்படி வசப்படுத்தினது ஒழுங்குத் தப்பாயும் (131) அது செல்

லாததுனாலும பிறதிவாதி புருஷனும நாஙகளும அவிபததாளெனபதறகு
லாததினாலும், பிரதிவாதி புருடனும் நாங்களும் அவிபத்தர்கள் என்பதற்கு

மேறபடி றாஜினாமா உடமபடிககை முதலான அனெகம நுசுககளிருக
மேற்படி இராசினாமா உடன்படிக்கை முதலான அனேகம் ருசுக்கள் இருக்

குற படியாலும பிறதிவாதி வசபபடடிருககுற மேறபடி ௫-ல ஒணறுக
கிற படியாலும் பிரதிவாதி வசப்பட்டிருக்கிற மேற்படி (௫)-ல் ஒன்றுக்

குளள நிலததில உடமபடிககைபடி ஜீவனாமசததுககாக அவள அனுப
குள்ள நிலத்தில் உடன்படிக்கைப்படி சீவனாமசத்துக்காக அவள் அனுப

விதது வறவேணடிய-௩-வேலி நிலம போக மறற நிலம யெஙக
வித்து வரவேண்டிய ௩ வேலி நிலம் போக (258) மற்ற நிலம் எங்க

ளுககுக கெடைகக வெணடியதை குறிதது பிறதிவாதி பெறிலி
ளுக்குக் கிடைக்க வேண்டியதைக் குறித்துப் பிரதிவாதி பேரில் (230)

நத பிறது செயயலானோம.
இந்தப் பிராது செய்யல் (268) ஆனோம்[10].

Translation.

To the presence of the additional Sudr Ameen. in the Combaconum District Court of Divāni Adālut.

COMPLAINANTS.	DEFENDANT.
The sons of the late Aḍeikalam Turrakonḍān of Sadaiyangāl, in the Pāvanāsam Tāluk. 1. *Vaittilingam Turrakonḍān.* 2. *Mārimuttu Turrakonḍān*, alias *Māriāyi.* Condition in life: Mirāsdars.	Tanukōḍi, widow of the late Subramanyan Turrakonḍān, of the aforesaid village. Condition in life: householder.

In the matter of lands Nanjai, Punjai, &c., which are claimed. Value, 135 rupees, 9 annas.

I. We the plaintiffs and the defendant's husband being brothers; and one-third of the village of Sadaiyangāl, which consists of thirty vēlis held as absolute property, being ours by hereditary right; and we enjoying it, the mirās being entered without any dispute, in the name of the first plaintiff; and, because the governmental share of the village of this our mirās ground was made over to the Tanjore Mission, we continuing to pay to the Clergyman of Tanjore the above governmental share; and, we as brethren whose inheritance is enjoyed in common, in that division, continuing to enjoy it:—our most worthy brother, the above defendant's husband, died without male issue, in the month of சித்திரை, in the year Prabhava. We performed his funeral rites; and continue to celebrate the periodical ceremonies (in commemoration of him).

II. Things being so, Rāmalingam Tenkoṇḍān, of the village of Sembankudi, in the Valangamān Tālūk, with the consent of the defendant, collected a crowd and took away by violence defendant's daughter Wide-eyes, with the intention of marrying her, she having on the jewels with which we had invested her. They also took away other things belonging to us.

Concerning this, in the month of June 1847, in reference to the complaint which the first plaintiff made against them, and to the complaint also, which, without any cause, the present defendant made against the first plaintiff in the magistrate's department, in the Pāvanāsam Tālūk, the above police officers, leaning to the defendant's side, used violence to induce the plaintiff to compromise the complaint. Arbitrators were therefore appointed, and in the month of Mārgaṛi, in the Pilavanga year (Key, p. 95), deeds were signed by the defendant and the first plaintiff respectively, in which it was specified that we should deliver up to the defendant for her subsistence three-quarters of a vēli of land, which she should not have power to mortgage or otherwise alienate, but enjoy the proceeds thereof herself. Thus in the magistrate's court an act of compromise was signed and delivered.

III. The police officer who received this deed from us, actuated by we know not what motives, wrote a report to head-quarters to the effect that one-third of the land should be given to the present defendant to whom subsistence was assigned, in consequence of which one-third of the land, as specified below, was put into the possession of the defendant. The representations of the plaintiff supported by the above deed of compromise, that such an order had come, and that it was unjust so to put her in possession, were not examined and just reply given.

IV. The present defendant's husband and ourselves being brothers who had not divided their property; and the mirās of the above property being still in the name of the first plaintiff; and the defendant being one to whom subsistence was already allowed; and she having no connection with the land whatever; and, since, a deed of compromise to this effect having been given in the magistrate's office, the revenue authorities had no right to put the defendant in possession of land which was in our charge; and their having so put her in charge being a breach of order, and void in law; the defendant's husband and ourselves being also persons who had not divided our inheritance, as is evident from the above-cited deed of compromise and many other proofs: we have made this complaint in order to recover the above land, except the three-quarters of a vēli allowed for the defendant's subsistence according to the terms of the deed of compromise aforesaid.

[The specification of the parcels of land follows.]

NOTES ON THE ABOVE.—[1] Observe that there is ellipsis of the signs of the cases and of intermediate particles wherever this is possible. [2] அவர்கள் (written and pronounced அவாள் commonly) is honorific, and is in constant use. [3] சமுகத்துக்கு = *to the good face*—a polite form, invariably used in similar cases. [4] இருக்கும் *who* or *which will be*, for இருக்கிற or இருந்த: this qualifies the name வைத்திலிங்கம். [5] The names of the individuals and their castes are given. The final ம் (or ன்) of the name is omitted. [6] செய்யப்பட்ட for செய்த, a common idiom. [7] சகோதிரான் for சகோதரர்கள், a common abbreviation. [8] The corruptions in general will be understood by comparing the original with the corrected copy. [9] Observe the use of உடன் for ஒடு as a sign of the 3rd case. [10] செய்யலானோம், a strange, but common form for செய்தோம்: செயல் *the doing* (274. 2), ஆனோம் *we have become.*

There are parts of the above which are not to be strictly parsed; it is the composition of illiterate men. It will repay close study.

3. *Letter from a Younger Brother to an Elder.*

ஸ்ரீமது [ÇRIMAT = *blessed;* see திரு.] சகலகுண சம்பன்னரான (133) அகண்டித லெக்ஷிமி பிரசன்னரான அன்னதானபரிபாலகரான அண்டினபேரை ஆதரிக்க வல்லவரான மகாமேருதீரரான நற்குணாலங்கிருதரான கல்விசாகரரான இராசமானிய இராசஸ்திரி அண்ணா அவர்களுடைய திவ்வியசரணாரவிந்தங்களுக்கு அடியேன் பிரமணுதன் மிகுந்த பயபத்தி விசுவாசத்துடனே அஷ்டாங்க பஞ்சாங்க நமஸ்காரஞ்செய்து எழுதிக்கொண்ட சாஷ்டாங்கதெண்டவது[1] என்ன மென்றால் இப்பவும்[2] நாளது புரட்டாசி

[1] தெண்டவது is used for *a very humble petition*. It may be from the Sans. DAṆḌAVAT, *prostrate*, and is connected with தண்டம்.

[2] இப்பவும் for இப்பொழுதும் *and now.*

ஸ்ரீ இட வரையில் அடியேனும் அடியேனுடைய குஞ்சு குளந்தைகளும்[1] மாமா[2] வீரபத்திரபிள்ளையும் அவர் சமுசாரம் பிள்ளைகுட்டிகளும்[1] மேல் வீதி நாராயணபிள்ளையும் மைத்தும் யிவிடத்திலுள்ள யிஷ்ட மயித்திராளனவரும் க்ஷேமம்[3] அவடத்தில் தாங்களும் அண்ணியார் அவர்களும் சி[4] குமாரன் கண்ணுசாமியும் சி—துரைசாமியும் சி—அம்மாளும் சொர்னமும் கைக்குளந்தையும் மேலும் அவடத்திலுள்ள யிஷ்டாள்[5] யாவரும் சரீரக்ஷேமமா யிருக்கிற சமாசாரத்துக்கு யெழுதி யனுப்பிவிக்கும் படி உத்திரவு செய்ய வேண்டியது[6] யிப்பவும் தாங்கள் பொரட்டாசி ஸ்ரீ யிஉல் யெழுதி யனுப்பிய கடுதாசி வந்து வாசித்துப் பார்த்து சகல காரியங்களையும் அறிந்தேன்[7] நான் தங்களுக்கு புரட்டாசி ஸ்ரீ அஉல் யெழுதிய காயிதத்தில் சி—கண்ணுசாமிக்கு நேமித்திருந்த குழந்தையாபிள்ளை மகள் காமாட்சிக்கு வயது—கக சாதகக் குறிப்பு இல்லை மற்றக் குணங்களெல்லாம் கேள்வியினாலும் பார்வையினாலும் நன்மையாகவே யிருக்கிறது யா தொரு தோஷமும் இல்லை தவிர[8] சி—துரைச்சாமிக்குக்கேட்ட ஆறுமுகத்தாபிள்ளை மகள் மிகுந்த லெட்சணமுள்ளது வயசு—கூ பார்வைக்குப் பெரியபெண்ணாய்த் தோன்றும் எல்லாம் நன்மையாயிருக்கிறது ஆனால் எட்டாவது என்று சொல்லுகிறார்கள் ஆது தான் என்னுடைய மனதுக்குச் சந்தேகமா யிருக்கிறது ஆகையால் தங்களுடைய அவிப்பிராயந் தெரிந்துகொண்டு அதன்மேல் எதொரு காரியம் நிச்சயப்படுத்த யோசனையாயிருக்கிறேன் ஆகையால் இந்தக் கடுதாசி கண்டவுடனே தங்களுடைய அவிப்பிராயமும் எனக்குத் தெரியும் படியாக எழுதி அடியேனுக்கும் இது புத்தி யென்று கட்டளை யிட்டருள வேண்டியது.

வேணும்[9] விண்ணப்பம்.

NOTES.—This is a real letter. The extravagant respect shown by the younger to the elder is amusing. The spelling has not been altered. Abbreviations have been explained before. Stops must be guessed at!

The writer is inquiring about wives for his two nephews. He has found two; but the one already affianced has no horoscope,

[1] குஞ்சு குளந்தைகள் and பிள்ளைகுட்டி are lit. *chicken-infants* and *child-whelps.* They are familiar expressions.

[2] மாமா, voc. of மாமன் *a father-in-law*, here used for the nom.

[3] க்ஷேமம்; here is an ellipsis of ஆயிருக்கிறது.

[4] சி for சிரஞ்சீவி, a Sanskrit word signifying *long-lived.* It is used only by a senior speaking kindly of a junior.

[5] யிஷ்டமுள்ள for இஷ்டமுள்ள; ய் is often inserted where it is not required.

[6] உத்திரவு [for உத்தரவு] செய்ய வேண்டியது *it is necessary* (for you) *to give permission* = *I pray you kindly to do it.*

[7] அறிந்தேன் *I have noted the contents.*

[8] தவிர; here is an ellipsis of இது = *besides* this, *moreover.*

[9] வேணும் [for வேண்டும்] விண்ணப்பம் is the ending of a letter: *This is necessary, this is my petition.*

which all children should have! The other is the eighth child, and that is unlucky. He waits for the commands of his brother.

WRONG SPELLING.—குளந்தை for குழந்தை *an infant.*
மைத்தும் for மற்றும் *the other.*
மயித்திரான் for மித்திரர்கள் *friends.*
யிஷ்டான் for இஷ்டர்கள் *people desired*, or *beloved.*
பொரட்டாசி for புரட்டாசி *the month equivalent to Sept.-Oct.*
நிக்ஷயப்படுத்த for நிச்சயப்படுத்த *render certain.*
லெட்சணமுள்ளது for இலட்சணமுள்ளது = *is of good qualities.*
அவிப்பிராயம் for அபிப்பிராயம் = *intention.*

4. *Answer to the former Letter: from the Elder Brother to the Younger.*

சிரஞ்சீவி தம்பி பிரமநாதனுக்குக் கடவுளுடைய கிருபையினாலே யெல்லா நன்மையும் அஷ்ட ஐசுரியமும் தன கன வஸ்துவாகனமும் வித்தையும் புத்தியும் மென்மேலும் பெருக உண்டாவதாகவும் இப்பவும் நாளது புரட்டாசி மீ ௨௰௭ வரையில் நாமும் சமுசாரமும் பிள்ளை குட்டிகளும் மற்றுமுள்ள பந்து சனங்களும் இவிடத்தில் க்ஷேமம் அவிடத்தில் நீயும் உன் சமுசாரமும் சி–குமாரன் மகாதேவனும் சி–கு மாரத்தி அமராபதியும் மற்று நம்முடைய பந்து சனங்கள் இஷ்டாள் அனைவோருடைய க்ஷேமங்களையும் அடிக்கடி யெழுதி அனுப்பிவிக்கவும் இப்பவும் நீ புரட்டாசி மாதம் எழுதிய காகிதம் வந்து சேர்ந்தது அதன் காரியங்களையும் அறிந்தோம் ஆனால் மூத்த பிள்ளைக்குக் கேட்ட பெண் குட்டையென்றும் நெட்டையென்றும லெட்சணமுள்ளதென்றும் லெட்சணமில்லதென்றும் கறுப்பென்றும் சிவப்பென்றும் உன் கடுதாசியினாலே நமக்கு ஒன்றும் தெரியவில்லை தவிர உன்னுடைய அண்ணி லெக்ஷணமாகவும் குட்டையென்றும் நெட்டையென்று மில்லாமல் சிமாராகவும் குடித்தனப் பாந்தமாகவும் இருக்க வேண்டுமென்று சொல்லுகிறாள் அல்லாமல் இளையபையனுக்குக் கேட்ட பெண்பேரில் பிரியந்தான் எட்டாவதென்றதைப் பற்றி வெகு பெரிய மனுஷாளையெல்லாம் விசாரித்தேன் எல்லாரும் ஒரு மொழி போலே வேறே பெண்தான் மார்க்கவேண்டும் என்று சொல்லுகிறார்கள் நம்முடைய வீட்டுக்காரிக்கு அந்தப் பெண்பேரில் பிரியந்தான் இது காரியத்தினாலே அவளும் யோசனையாய் உனக்குத் தெரியப்படுத்தச் சொல்லுகிறாள் ஆகையால் இன்னமும் அந்தப் பெண் வீட்டாரையும் அக்கம் பக்கத்திலும் நன்றாய் விசாரித்திறது அதன் மேலும் எட்டாவதென்றே தீர்மானமாய் உனக்குத் தெரிய வந்தால் பின்பு உனக்கு எத்தப்பாடி பரதேசி வீட்டில் சம்மதப்பட்டு கேட்

மத் தீர்மானிக்கவேண்டியதோ அந்தப்படியே தீர்மானிக்கிறது அப்புறம் நிச்சயதாம்பூலஞ் செய்கிற முன்னுக்குக் கடுதாசி யெழுதி அனுப்பினால் அப்போது உன்னுடைய அண்ணியை அனுப்பிவிக்கிறேன் மேல்வருகிற தை மாதத்தில் முகுர்த்தம் நடப்பிவிக்கிறதற்காக தேதிமுகுர்த்தம் வைத்து எழுதி அனுப்புகிறேன் அதன்மேல் அதற்காக வேண்டிய சாமக்கிரியைங் களெல்லாம்[1] அவிடத்திலே சாக்கிரதை செய்யவேண்டியது மேல் நடக்க வேண்டிய எந்தக் காரியங்களும் உன் சம்மதப்படியே தவிர யாதொரு காரியத்துக்கும் என் சம்மதத்துக்காக பார்க்கவேண்டியதில்லை அவிடத் தில் நடக்கிற காரியமும் எனக்குத்தெரியும்படியாய் அப்போதைக்கப் போதே கவனப்பிசகன்னியில் எழுதி அனுப்பிவிக்க வேண்டியது வேணும் சிரஞ்சீவி பெரியோர்களுக்கு என்னுடைய வந்தனஞ் சொல் லவும் சிறியோர்களுக்கு என்னுடைய சிரஞ்சீவி சொல்லவும்.

வேணும் குருநாதன்றுணை[2].

SUMMARY.—1. All well here. Blessings on you all.

2. Write and tell us of your welfare.

3. Yours of September last received.

4. Your elder sister wants to know all about the bride to be chosen for her elder son. She must be good-looking,—of medium height,—and well connected. You say nothing about this.

5. If the other girl is the eighth, all good men here advise us to look elsewhere. Inquire about it, and if she is so, choose any one you like,—but not her!

6. I will send the elder sister before the promise is ratified.

7. Next January is the lucky time. Make all preparations accordingly, and don't consider me.

8. Write from time to time.

[1] *All things needful.*

[2] *God is our help.* Lit. *the Lord-guru*, which admits of various interpretations.

CHAPTER III.

EASY STORIES.

1. *The Spendthrift and the Miser.*

ஒரு செலவுகாரன் (181) ஒரு சிக்கெனககாரனைககடன் கேட்டான் (70). மறுபடி (126) நீ எப்படிக்கடன் தீர்ப்பாய் (128)? என்றான். என் சம்பளத்தில் மாசம் மாசம் (month by month) சேர்த்து[க்] (77) கொடுப்பேன் (72) என்றான். இதற்கு (4th case of இது) முன்னே (84) தானே (108) நீ இப்படிச் சேர்த்து[க்] கொள்ளல் (148) ஆகாதா (268)? என்றான். தெரியாமல் (120) இருந்து (60) விட்டேன் (I remained, 254) என்றான். ஆனால் (98) நான் தெரிவிக்கிறேன் (160, 269); (ஏன் என்றால், 98) கடன் கொடுக்க (41) மாட்டேன் (117) போ (27)! என்றான். பிறகு (225) அவன் பணம் (50) சேர்க்கத் தொடங்கினான் (61).

2. *The inattentive Listener.*

ஒரு குருக்கள் (29, 151) தம் (108) சிஷனுக்கு ஞானங்கள் உபதேசித்தார்; உபதேசிக்கும் போது சிஷன் தன் வளையிலே நுழையப் (168) போகும் (74) எலியைப் பார்த்து, அதன் (6th case of அது) மேலே நினைப்பாக (136) இருந்தான். குரு உபதேசித்து ஆன உடனே (274.(27)) சிஷா (h) எல்லாம் (127) நுழைந்ததா (46)? என்றான்.—சிஷன் எல்லாம் நுழைந்தது வால் மாத்திரந் தான் நுழைய இல்லை (113), என்றான். ஆதலால் (148) மூடர்களுக்கு[ச்] சொல்லுகிற (74) புத்தி இப்படி (25) இருக்கும் (72).

3. *The Shepherd and the Singer.*

ஒரு பாடகன் தெரு[த்]திண்ணையிலே (131, 23) உட்கார்ந்து, தலை அசைத்துக்கொண்டு, சங்கீதம் பாடினான். வெகு சனம் கேட்டு இருந்தது. அப்போது வழியிலே போகிற ஒரு ஆட்டிடையன் (248) அங்கே நின்று (70), சற்று நேரம் பார்த்து[த்] தேம்பி[த்] தேம்பி ஓயாமல் (120) அழுதான் (60). அங்கிருந்தவர்கள் (87), ஆனந்தத்தாலே (239) அழுகிறான் என்று எண்ணி, ஏன (214) அழுகிறாய்? அழாதே (121)! என்றார்கள். இடையன் ஐயோ (193)! என் மந்தையிலே ஒரு ஆட்டுக்கு இந்த வலி வந்து, கோண[க்] கோணை [274. (15)] இழுத்து, எதிலேயும் (126) பிழையாமல்

செத்து[ப்] (58) போச்சுது (123). அது இந்த ஒரு வயது[ப்] பிள்ளைக்கும்[1] வந்ததே, என்று அழுகிறேன். ஆனால் (98) இவனுக்கு உடனே சூடு போட்டால் (256, 95) ஒரு வேளை பிழைப்பான் என்றான். அவர்கள் அவனை[த்] திட்டி[த்] துரத்தினார்கள்.

4. *The Thief up the Cocoa-nut Tree.*

ஒருவனுடைய தோட்டத்தில் (18) இருந்த தென்ன மரத்திலே தேங்காய் திருட வேண்டி ஒரு திருடன் அதன் மேல் ஏறினான். மரத்துக்காரன் (248) சந்தடி அறிந்து, வீட்டிலிருந்து (245) அதட்டிக் கொண்டே (106. 4) ஓடி வருகையில் (144), திருடன் அதை அறிந்து, மரத்தில் இறங்கி வந்தான். மரக்காரன் அவனை[ப்] பார்த்து (230), அடா (193)! என் மரத்தின் மேல் ஏறினாய்? என்றான்.—அண்ணே! நான் கன்று[க்]குட்டிக்குப் புல்லு[ப்] பிடுங்க ஏறினேன், என்றான். ஆ! தென்ன மரத்திலே புல் இருக்குமா? என்றான். இல்லாமையாலே (154) தான் இறங்கி வருகிறேன்; இது தெரியாதா (110)? என்று பரிகாசம் பண்ணிக்கொண்டு (165) போய்விட்டான் (254).

5. *A weighty Discourse.*

ஒருவன் கடைவீதியிலே இராமாயணம் (50) பிரசங்கம் பண்ணிக் கொண்டிருந்தான். அப்போது, ஒரு இடைச்சி தன் முட்டாள (130) ஆம்படையானுக்குப் புத்தி வரும் என்று எண்ணி ஆம்படையானைப் பார்த்து, நீ இராமாயணம் கேட்டு வா, என்று அனுப்பினாள். அவன் அப்படியேவந்து, மாட்டாங்கோலை (130) மோவாயக்கட்டைமேலே, ஊன்றி[க்] குனிந்து கொண்டு நின்றான். அங்கே இருந்தவர்களில் (87) ஒரு போக்கிரி அவன முதுகின்மேல் ஏறிக் கொண்டான். அந்த இடையன் பிரசங்கம் முடியும் அளவும் (211) அப்படியே சுமந்து கொண்டிருந்து பிறகு வீட்டுக்குப் போனான். அந்த[ப்] பெண்டாட்டி இவனைப் பார்த்து (230) ராமாயணம் என்னமாய் (47) இருந்தது? என்றாள்.—அடா! அப்பா! அது சுலுவு அல்ல (43). ஒரு ஆள் சுமை இருந்தது என்றான். அவள் என்ன? என்று கேட்டு, அவன் (50) மூடத்தனத்துக்கு விசனப் பட்டாள்.

6. *The Blind Men and the Elephant.*

சில பிறவிக் (190) குருடர்கள் (29) ஓர் இடத்தில் சேர்ந்து இருந்து கொண்டு இருந்தார்கள். அவர்கள் யானையைப் பார்க்க வேண்டும் என்று ஆசை கொண்டு (259), ஒரு யானைப் பாகனை வேண்டிக் கொண்டார்கள். அவன் யானையை நிறுத்தி, இதைப் பார்த்துப் போங்கள் என்றான். நல்லது (184) என்று ஒரு குருடன் காலைத் தடவிப் பார்த்தான். இன்னொரு

[1] Lit. a child of one age = *one in the flower of his age.*

கபோதி தும்பிக்கையைத் தடவிப் பார்த்தான். இன்னம் ஓர் அந்தகன் காதைத் தடவிப் பார்த்தான். மற்றைக் கண்தெரியாதவன் அதின் வாலைத் தடவிப்பார்த்தான். இப்படிப் பார்த்து விட்டு (254), இவர்கள் அப்புறம் (25) போன பிறகு, ஒருத்தர்க்கு ஒருத்தர்[1] யானையின் தன்மை பேசத் தொடங்கினார்கள். அப்போது காலைத் (89) தடவினவன் யானை உரல் போல் இருக்கிறது என்றான். தும்பிக்கையைப் பார்த்தவன், யானை உலக்கை போல் இருக்கிறது என்றான். காதைத் தடவிக் கண்டவன், யானை முறம் போல் இருக்கிறது என்றான். வாலைத் தடவிக் கண்டவன், துடைப்பம் போல் இருக்கிறது என்றான். இப்படி ஒருவருக்கு ஒருவர் மாறு (92) படச் சொல்லி, ஒழியாமற் சண்டை இட்டுத் (263) திரிந்தார்கள்.

☞ மனதுக்கு எட்டாத (120) கடவுளின் தன்மையைப் பல சமய வாதிகளுந் தங்கட[ள் + த்]ங்கள் (p. 22) மத நூலைக் கொண்டு நிச்சயிப்பது (88) இப்படியே இருக்கின்றது.

7. *The foolish Potter.*

ஒரு கிராமத்திலே ஒரு குசவன் பானைசட்டிகள் (274. 7) செய்து, சூளை (for சூளையிலே) போட்டு, விற்று (comp. 70), சீவனம் பண்ணிக் கொண்டு இருந்தான். அவனிடத்தில் அரமனைச் (= அரண்மனை, 248) சேவகர் அடிக்கடி (24½) வந்து, பானைசட்டி கொடுக்கச் சொல்லித், தொந்தரைசெய்து (165), விலைகொடாமல் எடுத்துக்கொண்டு போவார்கள் (269). இப்படி இருக்கையில் (144), ஒரு நாள் (233), ஒரு சேவகன் வருகிறதைக் கண்டு, அந்தக் குசவன் பனந்தோப்பிலே (131) போய் (77. note) ஒளித்துக் கொண்டான். சேவகன் வீட்டில் போய்ப் பார்த்துக், குசவன் இல்லாமையினாலே (154), நாளை வரலாம் (103. 4) என்று அந்தப் பனந்தோப்பு வழியே (233) போனான். இவனைக் கண்டு, குசவன் பயந்து (107) எழுந்து நின்று, பனைமரத்தைப் பார்க்கிறாற் போல் (227. 5) இருந்தான். சேவகன் அவனை (236) இன்னான் என்று அறியாமல், என்ன (என்ன = *why* = என்ன அடா?) மரத்தைப் பார்க்கிறாய்? என்றான். இந்த[ப்]பனை கலப்பைக்கு ஆகுமா? என்று பார்க்கிறேன், என்றான். சேவகன், நீ என்னடா (194)! குசவன் (here = *blockhead*) ஆக இருக்கிறாய்; பனைமரங் கலப்பைக்கு ஆகுமா? என்றான். குசவன், நான் இங்கே இருக்கிறது உமக்கு ஆர் சொன்னது? என்றான். சேவகன், நீ தானா (observe the place of the ஆ) குசவன்? வா! என்று பிடித்துக்கொண்டு போய், விலை கொடாமற், பானைசட்டிகளை அவன் தலை மேலே தானே எடுப்பித்துக் (160) கொண்டு போனான். ஆதலால், பேதைகள் வெள்ளத்திலே நின்றுந் (100) தாகத்துக்குத் தண்ணீர்க்கு (242) அலைவார்கள்.

[1] Incorrect for ஒருவருக்கு ஒருவர் = *one to* (or *with*) *another.*

8. *The Fox and his Creditor.*

மழையிலேயுங் காற்றிலேயும் அடிபட்டு (92), இரண்டு மூன்று நாள் வரைக்கும் (211) இரை கிடையாமல் இருந்த ஒரு குள்ளநரி[1] பசியோடு (239)[2] இரைக்குத் (242) தள்ளாடிக்கொண்டு வெளிப்பட்டு (92, 262) வந்தது. வருகிற வழியிலே ஓர் ஆலமரத்தின் கீழே சில நாளைக்கு முன்னே ஒரு விறகு தலையன் மறந்து விட்டுப் போன ஒரு செருப்புச்சோடு மழையில் நனைந்து நன்றாய் ஊறிப் பக்குவமாக இருந்தது. இந்த நரி அச்சோட்டைப் பார்த்துத், தின்ன வேணும் (வேண்டும்) என்கிற (comp. 157) ஆசையினாலே, இந்தச் செருப்புக்கு உடையவன் (185) இவ்விடத்தில் எங்கேயோ (comp. 217) இருக்கிறான் என்று நினைத்து, அய்யா! என் பசிக்கு இதில் ஒன்றைத் தயை பண்ணிக் கொடுத்தால் (if you will be so good as to give) ஒரு பணந்தருவேன், என்று சொல்லியது (70. 2). அப்போது கர்த்தாவானவர் (151), நல்லது அப்படியே தந்தேன் (269), என்று அசரீரியாய்ச் (181, 40) சொன்னார்.— அதை[க்]கேட்டவுடனே [as soon as (he) heard], இந்த நரி சந்தோஷமாய் அதில் (245) ஒரு செருப்பைத் தின்று பசி தீர்ந்து, வருகிற போது இனி நின்றால் பணங் கொடுக்க (understand அவசரம்) வரும், என்று அதி வேகமாக நெடுந் (131. *e*) தூரத்திலே ஓடி, ஒரு நெருங்கிய பெரும் புதரிற் புகுந்து [56. (11)], மறைவாக உட்கார்ந்தது. சுவாமி அங்கே ஒரு மனிதனைப் போலே நின்று, எங்கே பணம்? என்றார். நரி திடுக் (273) கிட்டுப் (263), பின்னும் ஓடும் போது முள்ளிலுங் கல்லிலும் மரத்திலுஞ் செடியிலும் அடிபட்டு, இரத்தம் பெருகக் (169) கண்களிலுங் கால்களிலுங் காயம் பட்டுக் கால் அசந்தோடச் (169) சத்துவந் தப்பி, ஒரு செடி மறைவில் ஒளிப்பாக உட்கார்ந்தது. அந்த விடாக் (220) கடன்காரன் அங்கேயும் நின்று, எங்கே பணம்? என்றான். நரி, எது பணம்? என்றது. சுவாமி, செருப்புக்காக ஏற்றுக் கொண்டாயே, அந்தப் பணம்! என்றார். நரி, நன்றாய் இருந்தது! அந்த நரிக்குக் கண் நொள்ளையா? கால் நொண்டியாக இருந்ததா? என்றது. அப்படிக்கு (for அப்படி) இல்லை என்றார். ஆனால், நான் அல்ல (I'm not the person)! போ என்றது. பகவான் இதன் மோசத்துக்கு அதிசயித்து (163), மறைந்து போனார்.

9. *How to satisfy the Manes.*

முன்னாலே இராச்சியம் ஆண்டு கொண்டிருந்த இராயன் என்பவனுடைய (151. *a*) தாயார் (151. *b*) இறந்து போகிற (258) காலத்தில் மாம்பழத்தின் (மா + பழம், ம், euphonic) மேல் ஆசையாக இருக்கிறேன்,

[1] Lit. *dwarf jackal*.

[2] Connect பசியோடு with தள்ளாடி and இரைக்கு with வெளிப்பட்டு.

என்று சொன்னாள். இராயன் அதை அழைப்பித்துக் கொடுப்பதற்கு (88) முன்னே (84) இறந்து போனாள். பிறகு சிலநாள் பொறுத்துப் பார்ப்பாரை அழைப்பித்து (160), என் தாயார் மாம்பழத்து (248) ஆசையுடனே (239) இறந்து போனாள்; அதற்கு என்ன செய்யலாம்? என்றான். அவர்கள், சங்கத்தினாலே நூறு நூறு பலத்திலே ஆயிரம் பழஞ் செய்வித்து, ஆயிரம் பிராமணருக்குக் கொடுத்தால், அந்த ஆத்துமாவுக்கு அந்த ஆசை தீரும், என்றார்கள். இராயன் அப்படியே செய்வித்து, அவள் இறந்த நாளையில் (*on the anniversary* of) தானம்பண்ணினான். அப்போது இராயனன் டை (151. *d*) ஆசியக்காரனாய் (137) இருந்த தேன்னால் இராம கிஷ்ணன்[1] அந்தப் பிராமணர்களை எல்லாம் (126), என் தாயாரைக் குறித்துக் (230) கொஞ்சம் பிரயோசனம் இப்போது செய்யக் காத்திருக்கிறேன், தயை செய்ய வேண்டும், என்று தன வீட்டிற்கு அழைத்துப் போனான். அவர்கள் உள்ளே போனபிறகு தெருக் கதவைச் சாத்திப் போட்டு (256), வீட்டிலே வரிசையாக உட்காருவித்து, அதற்கு முன்னே அடுப்பிற் காயப் போட்டிருந்த சூட்டுக்கோலை எடுத்துக் கொண்டு வந்து, ஐயர்களே! என் தாய் வலிப்புநோயால் இறந்து போகையிற் சூட்டினால் பிழைப்பேன் என்றாள். ஆனால், சுடுவதற்கு முன்னே பரலோகத்தை அடைந்தாள். ஆகையால், அவள் சந்தோஷம் அடைய அந்தச் சூட்டை நீங்கள் குளிர்ந்த மனதோடு வாங்கிக் கொள்ளுங்கள் என்று சில பேரைச் சுட்டான். அவர்கள் திமிறிக் கொண்டு, ஓடி வந்து, இராயனி டத்தில் முறை இட்டார்கள். இராயன் இராமகிஷ்ணனை அழைப்பித்து, என்ன செய்தாய்? என்று அதட்டிக் கேட்டான். அவன், தேவரீர் (151. *c*) தாயார் கேட்டதை இவர்களுக்குக் கொடுத்தாற்போல (227) என் தாயார் கேட்டதையுங் கொடுத்து அவளுக்குச் சந்தோஷம் வரப் பண்ணுகிறேன் என்றான். இராயன் அதற்கு வெட்கிச், சும்மா இருந்து விட்டான் (254).

10. *How much is plenty?*

ஒரு செட்டி மேற்குத் தேசத்திலிருந்து பத்து மாடுகளின் மேல் வெல்லப் பொதிகள் (131. *b*) ஏற்றிக் (160) கொண்டு வருகையில் வழியில் ஓர் மாடு துள்ளிப், பொதியைக் கீழே போட்டு விட்டது. அப்போது அந்த வர்த்தகன் அங்கே இருந்த ஒரு மாடு மேய்க்கிற பையனை அழைத்துத், தம்பி, இந்த வெல்லப் பொதியை என்னோடு கூடப் (170) பிடித்து, மாட்டின்மேல் எடுத்துப் போடு, பிறகு உனக்கு ரொம்ப (pronounced ரெம்ப, 171) வெல்லந் தருகிறேன், என வேண்டிக் கொண்டான். அந்தப் பையன், நல்லது என்று அப்படியே தூக்கி விட்டான். பிறகு அந்தச் செட்டி அவனுக்கு ஒரு உண்டை வெல்லங் கொடுத்தான். பையன், இது கொஞ்

[1] A very famous jester; comp. Story 24.

சம்; நிரம்ப வெல்லங் கொடு என்றான். வர்த்தகன் பின்னுங் கொஞ்சங் கொடுத்தான். இதுவுங் கொஞ்சம்; நிரம்பக் கொடு என்று, எவ்வளவு கொடுத் (100. 2) தாலும் இப்படியே சொல்லி வழக்காடிக் கொண்டிருக் தான். அப்போது அங்கே வந்த ஒரு வழிப்[1] போக்கன் (258) ஒரு உபாயம் பண்ணினான்; என்ன வென்றால், ஒரு கையிலே எடுத்துக் கொண்ட வெல்லத்தைக் காட்டியும் (196) மற்றொரு கையில் வெல்லங் கொஞ்சமாக எடுத்துக் கொண்டு, இரண்டு கை வெல்லத்தையுங் காட்டித், தம்பி, இதெவ் வளவு! இதெவ்வளவு! சொல்லு, எனப் பையன், அது கொஞ்சம், இது நிரம்ப இருக்கிறது, என்றான். இது நிரம்ப இருக்கிறதினா இதை வாங்கிக் கொண்டு போ, என்றான். பையன் வெட்கத்தோடே அதை வாங்கிக் கொண்டு பேசாமற் போய் விட்டான்.

11. *Let all four come together.*

நால்வர் (172) கூடிக் கொண்டு, ஓர் ஊருக்குப் பிரயாணப் பட்டு[ப்] (161) போகையில், வழியில் ஓர் பண முடிப்புக் கண்டு எடுத்தார்கள். ஆனால், அதைப் பங்கிடுவதைக் குறித்து ஒருவருக் கொருவர் வழக்கு வந்து நெடு நேரம் பேசியுந் தீராமையால், அவ்வூரிற் கடை வைத்துக் கொண்டிருக்கும் ஓர் பெறுமான (= பெரிய) வர்த்தகனைக் கண்டு, ஓ, செட்டியாரே! இதோ, தெரிகிற இந்தக் குளத்துக்குப் போய் நாங்கள் கட்டுச் சோறு சாப்பிட்டு வருகிறோம், மறுபடி இதை நாங்கள் நால்வரும் வந்து கேட்டாற் கொடும், என்று அந்தப் பண முடிப்பை அடையாளத்துடனே அவனிடத்திற் பொ துக்கட்டி (= *gave in trust*), வைத்து விட்டுக். குளத்துக்குப் போய்க் குளித்து முழுகி அனுட்டானம் (not common) முடித்துப், போசனம் பண்ணி ஆன (274. 27) வுடனே அக்குளக் கரை (131) ஆல மர நிழலில் இளைப்பாற உட்கார்ந்து கொண்டு, தம்மில் ஒருவனை, நாங் கண்டு பேசி வந்த செட்டியண்டையிற் (251) போய், ஓர் பணத்துக்கு வெற்றிலை பாக் குப்[1] புகை யிலை வாங்கி வா, என்று அனுப்ப (169), அவன், அப்படியே ஆகட்டும் (140. *d*), என்று போய்ச், செட்டியாரே! அந்தப் பணமுடிப் பைக் கொடும் என்று கேட்டான். செட்டி அவர்கள் இல்லாமற் கொ டேன் (110) என்றான். ஆனால் அவர்களாற் சொல்விக்கிறேன் (160), பாரும் என்று அங்கிருந்தபடி (just as he stood) அவர்களை நோக்கி உரக்கக் கூப்பிட்டுச், செட்டியார் நீங்கள் சொல்லாமற் கொடேன் என் கிறார் என்ன, அவர்கள் அட்டி சொல்லாமற் கொடுங், கொடும், என்று கூப் பிட்டுச்சொல்லச், செட்டி முடிப்பை எடுத்து அவன் கையிற் கொடுத்து விட்டான். அவன் அதை வாங்கிக் கொண்டு ஒருவருக்கும் தெரியாமற் போய் விட்டான். பின் மூவரும் ஒரு நாழிகை வரைக்கும் அவன் வரா

[1] An ellipsis of உம்.

மையாற் செட்டியிடத்துக்கு (251. 4) வந்து, அவன் எங்கே? என, அவன் அப்பொழுதே முடிப்பை வாங்கிக் கொண்டு வந்து விட்டானே என, ஓகோ! மோசம் பண்ணினாயே, செட்டி! நாங்கள் நால்வரும் வந்து கேட்டாற் கொடு என்றோமே; நீ அப்படிச் செய்யாமையால் அந்த முடிப்பை ஒப்பிக்க வேண்டும், என்று அந்தச் செட்டியை மடிபிடித்து இழுத்துக் கொண்டு அவ்வூர் நியாயாதிபதியிடத்திற் போய், இதைச் சொல்லிக் கொண்டார்கள். இதை எல்லாங் கேட்டு அறிந்த நியாயாதிபதி, நல்லது, நீங்கள் சொன்னபடியே நால்வரும் வந்து கேட்டாற் செட்டி அந்த முடிப்பைக் கொடுப்பான், என, அதைக் கேட்டு வெட்கிப் போயினார்கள் (commonly போனார்கள்).

12. *The way to preserve Peace is to be prepared for War.*

ஓர் அரசன் பொக்கசத்தில் அதிக பணம் இல்லாமல் இருக்கக் கண்டு, தன் மந்திரியைப் பார்த்து, நான் சத்துருக்களை எல்லாம் வென்று தேசங்களைக் கட்டிக் கொண்டேன்; எல்லா இராசாக்களும் எனக்குக் கப்பங் கட்டுகிறார்கள்; ஆதலால் இப்போது எனக்கு ஒருவரும் எதிரிகள் இல்லை. ஆகையால், இந்தச் சேனைகளை எல்லாம் வைத்துக் கொண்டு வீணாகச் செலவு பண்ணுவானேன் (214)? அவர்களை எல்லாந் தள்ளிப் போட்டுப் பொக்கசத்தை நிரப்புவாய், என்றான். மந்திரி, இது நல்ல யோசனை அன்று[1], நாஞ் சேனைகளைத் தள்ளின சமயம் பார்த்துப் பகையாளிகள் (181) சண்டைக்கு வந்தால் அப்போது நமக்குக் கெடுதி வரும்; ஆதலாற் சேனைகளைக் கை விடல் ஆகாது (268), என்றான். இராசன், சேனை வேண்டிய போது வைத்துக் கொள்ளலாம், பணம் மாத்திரம் இருந்தால் எந்தக் காரியமுங் கை கூடும், என்றான். மந்திரி, பணச் செலவு பண்ணினாலும் நமக்கு வேண்டிய போது சேனைகள் கிடைக்க மாட்டாது (117); அது எப்படி என்றால், இராத்திரி காலத்தில் ஈக்களைக் கூட்ட வேண்டும் என்று வெல்லங்களைக் குவித்து வைத்து, ஈக்களைப் பிரார்த்தித் தாலும் அதில் வந்து மொய்க்குமா? ஆதலாற் சேனைகளை இன்னுங் கூட்டி வைத்தால் சத்துருக்கள் பயந்து அடங்கி இருப்பார்கள், என்றான். அரசன், இது மெய்தான் என்று மந்திரி சொற்படி நடந்தான்.

13. *The meditative Horse-keeper.*

ஓர் அரசன் தன் பட்டத்துக் குதிரை இறந்து போனதைக் குறித்துத் துயரப் படும் போது பிரதானி யானவன், ஐயா! என்னை அனுப்பினால் அரபி (Arabia) தேசத்துக்குப் போய், நல்ல குதிரை கொண்டு வருகிறேன் (269) என்றான். அப்படியே அதற்கு வேண்டிய திரவியத்தைக் கொடுத்து

[1] A high form, much used by Brāhmans, who pronounce it அன்னு: அல் + து = அல்லு.

அனுப்பினான். அவன் தேசத்துக்குப் போய் இராசனிடத்தில் முன்னிருந்த பரியிலும் (not common, 196) அதிவேகமுங் குணமும் உள்ளதாய்ப் பதினாயிரம் ரூபாய்க்கு ஓர் அசுவம் (not common) வாங்கிக் கொண்டு, தன் தேசத்தை நோக்கி மீண்டு (= திரும்பி) வருகையில், இடைவழியில் ஓர் சத்திரத்தில், இரவு (= இரா) தங்கி இருக்கும் போது அவ்விடந் திருடர்பயமுள்ள தாகையால்[1] குதிரைக்காரனைப் பார்த்து, இங்கே சோர பயம் உண்டு, ஆதலால் நீ தூங்காமல் விழித்து இருக்க வேண்டும்; அதற்காக யாதொரு பெரிய காரியத்தைக் குறித்து ஆராய்ச்சி (190) பண்ணிக் கொண்டிருந்தாய் ஆனால் (98) தூக்கம் வராது என்று உபாயமுஞ் சொல்லிக் கொடுத்து விட்டுப், படுத்துக் கொண்டான். மறுபடி பிரதானி இரண்டாஞ் (175) சாமத்தில் விழித்துக் கொண்டு, குதிரைக்காரா! விழித்து இருக்கிறையா (= இருக்கிறாயா)? வென்னா (= என்ன)? என, ஆம், ஐயா! என்றான். என்ன ஆலோசித்துக் கொண்டு (விழித்திருக்கிறாய்)? என்றான். இந்த வானத்தில் இவ்வளவு நட்சத்திரங்களைப் பண்ணிப் பதித்தவன் ஆர், என்று ஆலோசிக்கிறேன், என,—நல்லது, அப்படியே விழித்து இரு! என்று உறங்கிப் போய், மூன்றாஞ் சாமத்தில் அப்படியே குதிரைக் காரனைக் கூவி, இப்போது என்ன எண்ணுகிறாய்? என, ஐயா! இக்கடற் (ல்+த்=ற்ற்) றோண்டினவன் யாரோ என்றும், அந்த மண்ணை எங்கே போட்டானோ? என்றும் ஆராய்கிறேன் என, நல்லது, சாக்கிரதையாய் இரு! என்று, படுத்துக் கொள்ளுகையில், மீண்டு குதிரைக்காரனுஞ் சற்று நேரந் தன்னை மறந்து தூங்கி, விழித்துக் கொள்ளுதற்துள்ளே (கொள்ளுகிறதற்கு, 94, 148, 251), ஓர் திருடன் அந்தக் குதிரையைக் கொண்டு போய் விட்டான். பிறகு எசமானன் விழித்துக், குதிரைக் காரா! எதைக் குறித்து நினைக்கிறாய்? என்றான். குதிரைக்காரன் ஐயா! குதிரை தான் களவு போய் விட்டதே; இருக்கிற சேனை (properly சேணம், commonly pronounced ஜீனி) முதலிய சாமானை நீர் எடுத்துக் கொண்டு வருவீரோ, அல்லது (205) நானே எடுக்க வேண்டுமோ, என்று ஆலோசிக்கிறேன், என்றான். பிரதானி ஐயோ! குதிரை போய்விட்டதா? என்று ஓடி வந்து, பார்த்து, மோசம் போனேனே (258)! எனத் துக்கித்துக் கொண்டு அரசனிடத்திற்குப் (251) போய் விட்டான்.

14. *Whose face is unlucky?*

சகதிலகம் (= *ornament in the brow of the world*) என்னும் பட்டணத்திற்கு அரசன் ஒருநாள் அதி காலையில் எழுந்து, தன் அரமனைக்குப் பின்னே இருக்கும் இராச வீதியை எட்டிப் பார்த்த பொழுது, அங்கே கடைகளிலே சிந்திக்கிடக்கும் பண்டங்களைப் பொறுக்கிக் கொண்டிருந்த

[1] Because that place was one where there was fear of robbers.

ஒரு சின்ன வேளாளப் பிள்ளையை அந்த அரசன் கண்டு, மறுபடி தலையை உள்ளே வாங்குகிற போது வாசற்படி தலையில் இடித்துக், கொஞ்சம் இரத்தங் கண்டது (= *appeared*). இன்று நாம் உதய காலத் தெழுந்து (காலத்து = காலத்தில், comp. 248. 1) இவன் முகத்தைப் பார்த்ததால் நமது தலையிற் காயம் பட்டு, உதிரங் (not common) கண்டது. இப்படியே நாடோறும் இவன் முகத்தை எத்தனை மனிதர் பார்ப் பார்களோ, அவர்களுக்கு எல்லாம் என்னென்ன பொல்லாங்கு நேரிடாது? ஆகை யால் வெகு சனவிரோதியைப் பூமியில் வைப்பது தருமம் அல்ல, என்று அங்கிருந்த படியே கொலையாளிகளை அழைப்பித்து, இந்தப் பைய னைக் கொண்டுபோய் வெட்டிப் போட்டு வாருங்கள் என்றான். அவர்கள் வந்து இந்தச் சிறுபிள்ளையைப் பிடித்துக் கொண்டு, உன் முகத்தில் விழித் ததினால் இராசாவுக்கு வாசற் படி தலையில் அடித்து உதிரங்கண்டதினால் உன்னைச் சிரச்சேதம் பண்ணச் சொன்னார், வா! என்று இழுத்தார்கள். அதைக் கேட்டு இந்தப் பையன், நான் இராசாவைக் கண்டு ஒரு வார்த்தை சொன்ன பிறகு வெட்டிப் போடுங்கள், என்று அவர்களைக் கெஞ்சிக் கேட் டுக்கொண்டான். அவர்கள் அதை இராசாவுக்கு அறிவித்து, அவர் (248) உத்தரவினால் இவனை இராசன்முன் (251) கொண்டு போய் விட்டார்கள். இந்தப் பையன் இராசாவைப் பார்த்து, வணங்கி, ஓ! மகா ராசனே! இப்போ உமக்குண்டாகிய அற்ப உபத்திரம் இன்றைக்கு முதல் என் முகத்தில் விழித்ததினாலே சம்பவித்தது, என்று என்னை வெட்டிப் போடச் சொன்னீர். தூங்கி எழுந்து முதல் உமது திருமுகத்தைப் பார்த்த எனக்கு இப்படித் தலை போகத் தக்க பொல்லாங்கு நேரிட்டதே; இதற் கென்ன தீர்ப்பு? என்று கேட்டுக் கொண்டு, பிறகு என் தலை கொடுக்கலாம் (103) என்று வந்தேன், என்று சொன்னான். அதைக்கேட்டு இராசா திகைத்து, வெட்கப்பட்டு, அவனைத் தனக்குள்ளே மெச்சிக் கொண்டு, அவனைத் தன் அரண்மனையில் வைத்துக் கொண்டு, சகல கலையும் படிப்பித்துப், பின்பு தனக்கு மந்திரியாக வைத்துக் கொண்டான்.

15. *The Villagers cut off their Noses.*

ஓர் ஊரில் இருந்த மூக்கறையன்[1] ஒருவன் தன்னைப் பார்க்கும் பலரும் நகைக்கிறதை ஆற்றக் கூடாமல், தனக்குள் ஓர் உபாயத்தை எண்ணிச் செய்த தாவது (= *did as follows*): ஒவ்வொரு (177) வேளையில், இருந் தாற் (227) போல் இருந்து, வானத்தை ஏறெடுத்துப் பார்த்து, லோக கர்த் தாவே! உம்மைச் சிநேகிக்கிறேன், வாழ்த்துகிறேன், வணங்குகிறேன். இப்பாவமான பிரபஞ்சத்திற் கிடந்து வருந்துகிற இந்தக் கொடியோனுக்கு (184) உமது திருக் கைக் கொடுத் தருளும் (264)! உமது திருமேனிப்

[1] R. அறு = *cut*. அறை = *a segment*. One whose nose is cut off.

பிரகாசத்தை எதற்கு ஒப்பிடு (263) வேன்? என்று இவ்வாறு கண்ணீர்
ததும்ப, உடம்பு சிலிர்த்து நடுங்க, வாய் குழறிச் சொல்லிப், பின்பு சூழ்ந்து
நிற்கிற சனங்களை நோக்கிச் (230), சனங்களே! இதோ, நிற்கிற கடவுளைப்
பாருங்களேன் (214)! ஐயோ, வீணாக நின்று காலங்கழிக்கிறீர்களே!
என்று இரங்குவான் (269). இதைச் சிலர் நம்பி, ஐயா! எங்கள் கண்
களுக்குஞ் சுவாமியைத் தெரிவிக்க வேண்டும், என்று காலில் (245) வீழ்ந்து
(for விழுந்து) இரந்த போது மூக்கறையன், சுவாமி எளிதிற் தெரி
வாரோ? என்னைப் போல் மூக்கில்லாமல் (202) இருந்தாற் காணலாம்
என்று சொல்ல, அவர்கள் அப்படி மூக்கறுத்துக் கொண்ட பிறகுஞ் சுவாமி
தெரியாமல், இவன் மோசஞ் செய்தான் எனத் (82) தெரிந்து, மூக்கிருக்கி
றவர்கள் தங்களையும் நகைப்பார்களே என்று நினைத்துச், சுவாமி எங்கள்
கண்ணுக்கு நன்றாகத் தெரிகிறார். கொஞ்ச கஷ்டத்தினால் எவ்வளவு (199)
பெரிய இலாபம் பெற்றோம்! என்ன ஆனந்தத்தை அனுபவிக்கிறோம்!
என்று சொல்லிக் கொண் (259) டார்கள். இதை நம்பி அவ்வூரார் (180)
எல்லாருஞ் சில நாளையில் மூக்கறுத்துக் கொண்டார்கள்.

☞ ஆதலாற் கெட்ட மார்க்கத்தில் இருக்கிற ஒருவன் மற்றவர்களையும்
அதில் இழுக்கப் பிரயாசப்படுவான்.

16. *Are you polite to me or to my fine clothes?*

ஒரு கல்விமான் ஒரு பட்டணத்துக்குப் போனபோது அவ்விடத்திற்
தேசாந்தரிகளுக்கு விருந்திடுகிற உதார‿முள்ள ஒருவனைக் குறித்துக்
கேள்விப் பட்டான். அதற்கு மேற் தன்னுடைய பழந் துணியுடனே
அவனிடத்திற்குப் போய்க் காத்திருந்தான். அவ்வுதாரி இவனுக்கொரு
உதவியுஞ் செய்யாதிருந்ததும் அன்றி (202), உட்காரவும் இடங் கொடுக்க
வில்லை. ஆதலால் அந்த எழுத்து வாசனை உள்ளவன் கலக்கப் பட்டுப்
போய்விட்டு, மறு நாள் ஓர் சிறப்பான உடுப்பை இரவலாக வாங்கி, அதை
உடுத்திக் கொண்டு, அங்கே மறுபடியும் போனான். அவன் இவனைக்
கண்டவுடனே மரியாதை பண்ணித், தன் அருகில் உட்கார்த்தி, வார்த்தை
சொல்லிக் கொண்டிருந்து, பின்பு வந்தவனோடு போசனத்தில் உட்கார்ந்த
உடனே இந்தக் கல்விமான் ஒரு கவளத்தை எடுத்துத் தன் உடுப்பின்
மேலே போட்டான். அதை வீட்டுக்காரன் பார்த்து, நீ ஏன் இதை இப்படிச்
செய்தாய்? என, அப்போது அவன் சொன்னது: நான் நேற்றுப் பழந்து
ணிகளுடனே வந்த போது யாதொரு (126) சாப்பாடுங் கிடைக்க வில்லை;
இப்போது நன்றாய் உடுத்திக் கொண்டு வந்த படியால், இதோ! நேற்றியான
போசனங் கிடைத்தது; ஆதலால், இந்தச் சாப்பாடு என் துணிக்கு அல்
லது (205) எனக்குப்போட்டதா? என்று பிரதியுத்தரவு கொடுத்தான்.
அப்போது அந்த வீட்டுக்காரன் தனக்குள்ளே வெட்கப்பட்டுப் போக்குச்
சொல்லிக் கொண்டான்.

17. *Which is the Mother of the Child?*

ஒருவன் இரண்டு பெண்சாதிகளைக் கலியாணம் பண்ணிக் கொண்டிருந்தான். அவன் இறந்து போகிற போது பெண்சாதிகள் இரண்டு பேர்க்கும் இரண்டு குழந்தைகள் இருந்து[1], பிறகு ஒரு குழந்தை இறந்து போச்சது (123); மற்றை ஒரு குழந்தையை இருவரும் பால் கொடுத்துப் பேதம் இலலாமல் வளர்த்துக் கொண்டு வந்தார்கள். அப்படி இருக்கையில் இரண்டு பெண்சாதிகளுக்கும் விரோதம் வந்த படியினாலே அந்தப் பிள்ளையைக் குறித்து இரண்டு பேரும் நான் 'பெற்ற பிள்ளை! நான் பெற்ற பிள்ளை!' என்று சண்டை போட்டுப் பிறகு நீதிக்காரனிடத்தில் (181) போனார்கள். நீதிக்காரனுக்குப் பெற்றவள் இன்னாள் (274. 16) என்று சாட்சிகளால் இருசு ஆகாததினால் ஓர் உபாயஞ் செய்தான். என்னென்றால், அவர்களைப் பார்த்து, இந்தப் பிள்ளையை இரண்டாக வெட்டி உங்கள் (= to the two *of you*) இரண்டு பேர்க்கும் கொடுக்கிறேன் என்றான். அப்போது ஒருத்தி, நல்லது என்று சம்மதித்தாள். மற்றொருத்தி, ஐயா! பிள்ளையை வெட்டாதேயும்! எனக்கு அந்தப் பிள்ளை வேண்டாம். அவளுக்கே இருக்கட்டும் (140), என்று அழுது நடுங்கினாள். நீதிக்காரன் இவளே பிள்ளைக்குடையவள் (185) என்று தீர்ப்புப் பண்ணிப் பொய் சொன்னவளைத் தண்டித்தான்.

18. *The too obedient Wife.*

ஒரு மூடச் சேவகன் தன் மனைவியை நாடோறும் அடித்துக் கொண்டிருக்கையால் அவள், சற்றுங் குற்றஞ் செய்யாது (123. 2), நன்மைக்காரணம் இல்லாமல் (= *without rhyme or reason*) அடிக்கிற இம்மூடனுக்கு நல்ல புத்தி வருவிக்க வேண்டும் என்று நினைத்துக் கொண்டிருக்கையில், ஒரு நாள் அவன் வழக்கப் படியே (or வழக்கத்தின்படி *according to custom*) அடித்தான். அவள் நீ எதற்காக இப்படி அடிக்கிறாய்? என்று கேட்க (169) அவன், நான் ஏதாகிலும் (217) ஒன்று சொன்னபடியே செய்யாமையால் அடிக்கிறேன் என்றான். அவள், இனிமேல் நீ சொன்னபடியே செய்வேன். அப்படிச் செய்யும் போது என்னை அடியாமற் திட்டாமற் (ellipsis of உம் twice) பட்சமாய் இருக்க வேண்டும், என்று சத்தியம் பண்ணுவித்துக் கொண்டாள். பின்பு ஒரு நாள் அடி! (194) அடி[2]! எங்கே போகிறாய்? என்று அழைத்தான். அவள் ஓடி வந்து, ஒரு தடியால் அவனை அடித்தாள். அவன், என்ன காரியஞ் செய்தாய்? அடி! எனப், பின்னும் ஒரு தரம் அவனை அடித்து, நீ சொன்னபடியே செய்தேன் என்றாள். மற்றொரு நாள் புருடனுக்குத் (= புருஷன்) கலத்திற்

[1] Comp. H. B., p. 193 (8).

[2] அடி = (1) பெண்ணே! or (2) அடிக்கவேண்டும்.

சோறிடும் பொழுதில் அவன், அடி! தலை மேலே உமி (6) [1] என்றான். அவள் ஒரு தரம் அடித்துத்தலை மேலே எச்சிலை உமிழ்ந்தாள். பின் ஒரு நாள், இந்தப்பணத்தை வீட்டுக்குள்ளே வை (observe the two meanings of வை) என, அவள், மூர்க்கனுடைய பணமே! மூடனுடைய பணமே! மடையனுடைய பணமே! என்று வைது கொண்டிருந்தாள். பின்பு அவன், இவை எல்லாம் பார்த்து அறிந்து வெட்கப் பட்டுக் கோபத்தை விட்டு அவளை உபசரித்து அவள் புத்தி கேட்டு நடந்து நல்லவன் ஆனான். ஆகையால் அறிவில்லாதவன் பெண்டுகளிடத்திலுந் தாழ்வு படுவான்.

19. *Who is responsible for the Mischief caused by the Cat?*

நாலு பேர் பங்காகப் (136) பஞ்சுவர்த்தகம் பண்ணினார்கள்; பஞ்சுமூட்டைகளை எலிகள் கடிக்காதிருக்கும் (for கடியாது) பொருட்டு (157) அவர்கள் ஒரு பூனையை வளர்த்தார்கள். வளர்க்கும் போது, அதனுடைய நாலு கால்களையும் ஆளுக்கு ஒவ்வொரு காலாகப் (136) பங்கு வைத்துக் கொண்டு, அவனவன் (108) தன் தன் பங்காகிய (130) காலுக்குத் தண்டை கொலுசு சதங்கை [2] முதலானதுகளால் அலங்கரித்துச் சிறப்பாக வைத்திருந்தார்கள். அப்படி இருக்கையில் அந்தப் பூனைக்கு ஒரு காலிலே காயம் பட்டது. அந்தக் காலுக்குச் சுதந்தரக்காரன் எண்ணெய்ச்சீலை சுற்றி வைத்தான். அது அடுப்பண்டையிலே (151. *d*) போனபோது அடுப்புத்தீயினால் பற்றிக் கொண்டது. அதனுடனே (அது + அன் + உடன் + ஏ = *together with it*) அந்தப் பூனையானது (151) பஞ்சுமூட்டைகளின் மேல் விழுந்து ஓடிப்போகையால் அம்மூட்டைகள் பற்றிக் கொண்டு வெந்து போய் விட்டதுகள் (for விட்டன, 70*). அதைக் கண்டு எண்ணெய்ச் சீலை சுற்றின கூட்டாளிகையில் (181) மற்றை மூன்று பேரும் தங்களுக்கு அந்த நஷ்டத்தை வாங்கிக் கொடுக்கும் (157) படியாக மரியாதைஇராமனிடத்திலே [3] பிரியாது அர்ஜி கொடுத்தார்கள். அந்த நியாயாதிபதி பிரதிவாதியை அழைப்பித்து, விசாரணைசெய்து, அவன் மனம் அறிந்து செய்த தல்லாமையினாலே (து + அ, because he had not done it wilfully, 156), வாதிகள் செய்த பிரியாது அநியாயம் என்று அறிந்து, அந்த வாதிகளைப் பார்த்து, பிரதிவாதி பூனைக்கு எண்ணெய்ச் சீலை சுற்றி வைத்த கால் காயம் உள்ளதாய் (185) இருக்கிற படியால் நடக்கிறதற்கு (94) உதவாதே! காயமில்லாத (133) உங்கள் மூன்று பேர்களுடைய கால்களினாலே நடந்து போகையால் இப்படிப்பட்ட சேதம் வந்தது; ஆகையால், நீங்கள் மூன்று பேருமே பிரதிவாதியினுடைய நஷ்டத்தைக் கொடுக்க வேண்டும் என்று தீர்ப்புச் செய்தான். வாதிகள் மூன்று பேரும், (யானை தன் தலையிலே

[1] உமி = (1) நெல்லின் உமி; *or* (2) உமிழ். [Imp.]

[2] தண்டை, கொலுசு, சதங்கை : names of various anklets.

[3] The name of a celebrated judge : Mariyāthai Rāman.

தானே மண் போட்டுக் கொள்ளுகிறது போலச்,) தங்களுக்குத் தாங்களே முன் வந்ததோடு பின்னும் நஷ்டந் தேடிக் கொண்டார்கள். தீங்கற்ற வனுக்குத் (133) தெய்வமே துணை என்கிற பழமொழிப் படி அதிக விசனம் அடைந்த பிரதிவாதி தெய்வ சகாயத்தினாலே தன் பட்சந் தீர்ப்பானது (50) கண்டு அதிகசந்தோஷத்தை அடைந்தான்.

20. *Give what you like.*

ஒருவன் தன் மரண காலத்திலே தன்னிடத்தில் இருந்த பதினாயிரம் வராகன்களையும் (for வராகனை) தனக்குப் பழக்கமுள்ள ஒரு சாவகாரி கையில் கொடுத்து, என் புத்திரன் பெரியவன் ஆன பின்பு இந்த வராகன்களில் உனக்கு இஷ்டமானதைக் கொடு என்று சொன்னான். பின்பு சாவகாரி அதுகளைத் தன் வீட்டிலே கொண்டு போய் வைத்திருந்தான். பிள்ளை பெரியவன் ஆன பின்பு சாவகாரியிடத்திற்குப் போய்த், தன் தகப்பன் கொடுத்த பொருளைக் கேட்டான். அதற்குச் சாவகாரியானவன், உன் தகப்பன் எனக்கு இஷ்டமானதை உனக்குக் கொடுக்கச் சொன்ன படியினாலே (239. 7), எனக்கு இஷ்டமானது இந்தத் தொகைதான் என்று, ஆயிரம் வராகன் கொடுக்கப் போனான். அந்தப் பிள்ளையாண்டான், வேண்டாம்! என்று விசனத்தை அடைந்து, மரியாதை இராமனிடத்திலே போய்ப் பிரியாது பண்ணினான். மரியாதை இராமன் சாவகாரியை அழைப்பித்து விசாரித்து, அவன் வாய்ச்சொல்லைக் கொண்டே உனக்கு இஷ்டமானது ஒன்பதினாயிரம் வராகன்; ஆகையால், நீ எடுத்துக் கொள்ள நினைத்தாய்; அந்த ஒன்பதினாயிரம் வராகனை இந்தப் பிள்ளைக்குக் கொடுத்து விடு; இந்தப் பிள்ளைக்குக் கொடுக்க நினைத்த உனக்கு இஷ்டம் ஆகாத ஆயிரம் வராகனை நீ எடுத்துக் கொள், என்று தீர்ப்புப் பண்ணினான். ஊரார் உடைமைக்குப் பேயாய்ப் பறந்தாலும் வருமோ? என்கிற பழமொழிப் படியே சாவகாரியினுடைய அதிக ஆசை பயன் படாமற் போயிற்று.

21. *The Man who insisted upon his Strict Rights.*

ஒரு துலுக்கனிடத்தில் ஒரு வேளாளன் தன் பிள்ளை (50) கலியாணத்திலே ஊர்க்கோலங் காட்ட யானை (50) இரவலாக வாங்கிக் கொண்டு வந்தான். அந்த யானை ஊர்க்கோலம்[1] வந்து கொண்டிருக்கும் போது ஆகஸ்மீகம்[2] ஆகச் செத்துப் (206) போயிற்று. அந்த வேளாளன் உடனே துலுக்கனிடத்திற்குப்போய்த், தெய்வீகமாக உன்னுடைய யானை செத்துப் போச்சுது, அதற்கு விலையானாலும் பதிலாக யானை யானாலும் உனக்குக் கொடுக்கிறேன் என்றான். அதற்குத் துலுக்கன், நீ சொன்ன இரண்டுக்கும்

[1] Procession round the town.

[2] S. *without any reason.*

நான் சம்மதிக்கிறதில்லை, என் யானையே எனக்கு வேண்டும் என்று சொல்லிப், பின்பு மரியாதை இராமனிடத்திலே சொல்லிக் கொண்டான். மரியாதை இராமன் பிரதிவாதியை அழைப்பித்துக் கேட்கும் போது அவன் நடந்த உண்மையைச் சொன்னான். மரியாதை இராமன் துலுக்கனைப் பார்த்துத் தெய்வீகமாக நேரிட்டபடியால் பதிலாக யானையாகிலும் வாங்கிக் கொள்ளு, அல்லது விலையானாலும் வாங்கிக் கொள் என்று பல விதத்திலுஞ் சமாதானஞ் சொன்னான். அதற்கு அந்த முரட்டுத் துலுக்கன், இரண்டுக்கும் நான் சம்மதிக்க மாட்டேன். அந்த யானையே எனக்கு வேண்டும், வேறொன்றும் வாங்கேன் (110) என்று கடவுள் பேராலே ஆணை இட்டான். அதைக் கேட்டு, வேளாளன் கலங்கினான். பின்பு மரியாதை இராமன் ஆலோசித்து, நீங்கள் நாளையத்தினம் வாருங்கள் என்று அனுப்பிவிட்டு, இரகசியமாக வேளாளனை அழைப்பித்து, நாளையத்தினம் நீ வரவேண்டாம்; உன் வீட்டு நடையிலே கதவோரமாகப் பழம் பானைகளை அடுக்கி வைத்துக் கதவைச் சும்மா சாத்தி வைத்துக் கொண்டிரு, துலுக்கன் வந்தவுடனே உன்னெதிரி வரவில்லை, ஆகையால் நீ போய் அழைத்துக் கொண்டு வா என்று அனுப்புவிக்கிறேன் (for அனுப்புகிறேன்); அவன் அவசரமாக வந்து கதவைத் திறப்பான், அப்போது பானைகளெல்லாம் நொரிந்து போம். பின்பு எங்கள் பெரியோர்கள் நாள் முதற் கொண்டு (259.) ஆய்வந்த (ஆகிவந்த = *which have existed*) பானைகளை உடைத்துப் போட்டான் என்று அழுது, அயல்வீட்டாருடனே (239) கூச்சலிட்டுச் சொல்லிக் கொள்ளு. அதற்காக அவன் என்ன சமாதானஞ் சொன்னாலும் (100), என்பானையே எனக்கு வேண்டும் என்று நீ வந்து பிரியாது பண்ணிக் கொள் என்று சொல்லி அனுப்பி விட்டான். மறுநாள் அந்தப் படியே (199) நடந்த பின்பு வேளாளன் வந்து, வெகு காலமாக ஆய் வந்த என் பானைகளை உடைத்துப் போட்டான், என் பானைகளே எனக்கு வேண்டும் என்றான். மரியாதை இராமன் அந்தத் துலுக்கனைப் பார்த்து, நீ இதற்கு என்ன சொல்லுகிறாய்? என்றான். அதற்குத் துலுக்கன், யானைக்கும் (242) பானைக்கும் சரியாய்ப் போச்சுது; போ! என்றான். கனழுடன் கைப்பொருள் இழப்பான் என்கிறதைத் (82) துலுக்கனிடத்திலே காட்டினான்.

22. *The First Trial of the Rival Ministers.*

ஒரு நாள் இராயர் (50) பெண்சாதி அப்பாஜி[1] (50) உத்தியோகத்திற்கு மற்றொருவனைக் கொண்டு வந்து விட்டு, இராயருக்குச் சிபாரிசு செய்தாள். இராயர் அப்பாஜி வல்லமை இவனுக் குண்டா? என்று கேட்டார். அதற்கு அவள் அதிகமாகவே (104) இருக்கலாம் என்று நினைக்கிறேன்

[1] A celebrated minister.

என்றாள். ஆனால் (99) பரீட்சை செய்வோம், என்று சொல்லி, அவனுக்குப் போகும் படியாக உத்தரவு கொடுத்தார். பின்பு ஒரு நாள் இராத்திரி அந்தப்புரத்திலே இராயர் குழந்தை அவர் மார்பிலும் முகத்திலும் காறி உமிழ்ந்து, கால்களால் உதைத்து, விளையாடிக் கொண்டிருந்தது. சூரியோதயம் ஆன பின்பு இராயர் அப்பாஜி உத்தியோகத்திற்கு வந்த மனுஷனை அழைப்பித்து, அவனைப் பார்த்து, இராத்திரி ஒருவன் வந்து என் முகத்திலும் மார்பிலும் காறி உமிழ்ந்து, காலால் உதைத்தான். அவனுக்கு என்ன செய்யலாம்? என்றார். அவன், உலகத்துக்கு எல்லாம் தலைவன் ஆயிருக்கிற உங்களை இப்படி அலட்சியம்[1] செய்தவன் வாயில் ஈயத்தை உருக்கி வார்த்துக், கால்களை வெட்டி விட வேண்டும் என்றான். அவனை அப்புறம் போகச் சொல்லி, அப்பாஜியை அழைப்பித்து, முன் அவனைக் கேட்ட படியே கேட்டார். அதற்கு அப்பாஜி, உங்களை உதைத்த பாதம் எதுவோ (217), அதற்குப் பொற் சதங்கையும் தண்டையும் (comp. p. 34) போட்டு, உங்கள் மேலே உமிழ்ந்த வாய் எதுவோ அதனை முத்தம் இட்டுக் கொள்ள வேண்டும் என்றான். அதன் பின்பு இராயர், நீ சிபாரிசு செய்த மனுஷனை அப்பாஜியிலும் (196) வல்லவன் என்று புகழ்ந்தாயே. இவ்விருவர் விவேகத்தையும் பார்த்தாயா? என்று கேட்டார். அதற்கு அவன் ஒரு பரீட்சையிலே தானே எப்படி நிச்சயிக்கலாம்? என்றான்.

23. *The Three Images.*

டில்லி பாச்சா[2] அப்பாஜி வல்லமையை அறிதற் (157) பொருட்டு, ஒரே மாதிரியான மூன்று விக்கிரகங்களையும், இவைகளிலே எதைப் போலிருக்கிறவன் உத்தமன், எதைப் போலிருக்கிறவன் மத்திமன், எதைப் போலிருக்கிறவன் (227) அதமன், என்று பரீட்சித்து, அந்தந்த விக்கிரகத்தின் மேலே எழுதி அனுப்புகிறது[3], என்று எழுதிய ஒரு தாக்கீதையும் இராயருக்கு அனுப்பினான்; இராயர் அந்த நிருபத்தை வாசித்துப் பார்த்துச் சபையாருக்கெல்லாம் அந்த விக்கிரகங்களைக் காண்பித்துக் குறைகுணங்களைச் சோதிக்கச் சொன்னார். மூன்றும் ஒரே மாதிரியாக இருக்கிற படியால் அவைகளிற் பேதங் கண்டு பிடிக்க மாட்டாமல் மயங்கினார்கள். அப்பாஜி அந்த விக்கிரகங்களுடைய கரசரணாதி (கரம் + சரணம் + ஆதி, a Sans. comp.) அவயவங்களை எல்லாம் உற்றுப் பார்த்துக், காதுகளிலே சிறு துளைகள் இருக்கிறதை அறிந்து, மெல்லிய ஈர்க்கை அத்துளைகளில் நுழைத்துப் பார்த்தான். நுழைத்துப் பார்க்கும் அளவில்[4], ஒன்றுக்கு வாய் வழியாகப் புறப்பட்டது; மற்றொன்றுக்கு மற்றொரு காதின் வழியாகப் புறப்பட்டது;

[1] S. *dishonour.* [2] The *Padishah* of Delhi.
[3] A rather disdainful imperative = அனுப்பவேண்டும்.
[4] Lit. *in the measure* of = when.

வேறொன்றுக்கு வெளிப் படாமல் உள்ளே போய் விட்டது. உள்ளே போய் விட்டதைப் போலக் கேட்ட சமாசாரத்தை உள் அடக்குகிறவன் உத்தமன் என்றும், மற்றொரு காதின் வழியாகச் சென்றதை போலத் தான் கேட்ட செய்தியை மற்றொரு காதின் வழியாகச் செலுத்துகிறவன் மத்திமன் என்றும்; வாயின் வழியாகப் புறப்பட்டதைப் போலத் தான் கேட்ட சங்கதியை அடக்காமல் வெளியிலே கொட்டி விடுகிறவன் அதமன் என்றும் நிச்சயித்து, அந்தப்படியே அந்தந்தப் பதுமைகளுக்கு மேல் எழுதி அனுப்பிவிடச் சொன்னான். இராயர் அதிக சந்தோஷத்தை அடைந்து, பாச்சா விடத்திற்கு அனுப்பி விட்டார்.

24. *How Rāma Kishṇan became a Court Jester.*

வட தேசத்திலே தென்னாலு என்கிற ஊரிலே இராமன் என்று ஒரு பிராமணப் பிள்ளை பிறந்திருந்தான். அவனை ஒரு நாள் வீதியிலே கண்ட ஒரு சன்னியாசி இவனுடைய ரூபத்தையும் குணாதிசயத்தையும் (= குணம் + அதிசயம், a Sans. comp. = *his marvellous qualities*) கண்டு, ஒரு மந்திரத்தை உபதேசம் பண்ணி, இந்த மந்திரத்தை மூன்று கோடி[1] ஒரு ராத்திரியில் காளி கோவிலிலே போய்ச் செபித்தாய் ஆனால், காளி ஆயிரம் முகத்துடனே உனக்குப் பிரத்தியட்சம் ஆவாள். அப்போது நீ அவளைக் கண்டு, அஞ்சாமலிருந்து, வேண்டிய வரங்களைப் பெற்றுக் கொள் என்றார். இராமன் நல்ல வேளை பார்த்துக் கொண்டு, தன்னூர்ப் புறத்தில் இருக்கிற காளி கோவிலுக்குள்ளே போய் விதிப்படி அந்த மந்திரத்தைச் செபம் பண்ணினான். பத்திரகாளி ஆனவள ஆயிரம் முகமும் இரண்டு கையுமாகப் (an ellipsis or உடையவள்) பெரிய ரூபத்தை எடுத்துக் கொண்டு பிரசன்னம் ஆனாள். அப்போது மிகுந்த தயிரியம் உடையவனாகி அந்த இராமன் அவள் அகோர ரூபத்தைப் பார்த்து, அஞ்சாமல் நகை செய்தான். காளி, ஏண்டா (for ஏன் அடா)! நகைக்கிறாய் என்று கேட்டாள். கேட்டதற்கு இராமன், அம்மா! எங்களுக்கு ஒரு மூக்குக்கு இரண்டு கைகள் இருந்தும் சலதோஷங் கண்டால் சிந்துகிறது வருத்தமாயிருக்கிறது; ஆயிரம் முகம் இருக்கிறபடியால் ஒரு வேளை ஜலதோஷங் கண்டால் இரண்டு கையினாலே இந்த ஆயிரம் மூக்குகளையும் எப்படிச் சிந்துவாய்? என்றான். அதற்குப் பத்திரகாளி, அடா! பையா! நீ என்னைப் பார்த்து விகடம் பண்ணின படியால் நீ இன்று முதலாக விகடகவியாகப் போகக் கடவாய் என்றாள். ஆ அ! நல்ல வரங் கொடுத்தாய்; அப்படிப் பார்த்தாலும் விகடகவி[2] தான், இப்படிப் பார்த்தாலும் விகடகவி தான் என்றான். அதைக் கேட்டு, இரக்கம் வந்து, உன்னுடைய உபசரணைக்கு

[1] Three Kōḍi of these mantras.

[2] விகடகவி reads the same both ways. Lit. *a singer of parodies:* a rhyming punster.

இராச-சபைமெச்சும் படியான (= *such as will praise*) விகடகவியாய் இருக்கக் கடவாய் (140) என்று மறைந்து போய் விட்டாள். அது முதல் விகடம் பண்ணுகிறதிலே வெகு சமர்த்தனாகி, இராயரிடத்திலே போய்ச் சேர்ந்து, ஜீவனம் (written சீவனம்) பண்ணிக் கொண்டிருந்தான்.

25. *You can't make a Barber a Brāhman.*

ஒரு நாள் இராயர் உதயமாகி நாலு நாழிகை வரைக்கும் நித்திரை செய்து கொண்டிருந்தார். அன்றைக்குச் சவரம் பண்ணிக் கொள்ளுகிற தினம், ஆகையால் அம்பட்டன வந்து பார்த்து, நித்திரைபங்கம் வர ஒட்டாமல், படுக்கையிலே தானே மெதுவாகச் சவரம் பண்ணி விட்டுப் போனான். இராயர் நித்திரை தெளிந்த பிற்பாடு எழுந்து, நிலைக்கண்ணாடியைப் பார்த்தார். சவரம் வெகு நேர்த்தியாகச் செய்திருக்கிறது (ellipsis of என்று, or ஆக) தெரிந்தது; அதனாலே மிகவுஞ் சந்தோஷம் அடைந்து அம்பட்டனை அழைத்து, உனக்கு என்ன வேண்டும்? என்றார். சுவாமி, என்னைப் பிராமணன் ஆக்க வேண்டும் என்றான். பிராமணர்களை எல்லாம் அழைப்பித்து, ஆறு மாதத்திற்குள்ளே இந்த அம்பட்டனைப் பிராமணன் ஆக்கிப் பந்தியிலே வைத்துக் கொண்டு சாப்பிடாமற் போனால் உங்களுக்கு விட்டிருக்கிற மானியங்களை எல்லாம் ஜப்தி செய்து விடுவேன் என்றான். பிராமணர்கள் எல்லாம் விசனப்பட்டுக் கொண்டு, வெளிக்கு நல்லதென்று அழைத்துக் கொண்டு போய், நித்தியமும் மூன்று காலம் ஸ்நானம் பண்ணுவித்து, நித்தியாக்கினி (p. 23. V, அ + அ), சந்தியாவந்தனம், செபத பங்கள் முதலாகிய சமஸ்த காரியங்களை நடப்பித்துக் கொண்டு வருகையில், ஆறாவது மாசக் கடைசியில் இராயர் பிராமணர்களுடைய பந்தியில் அம்பட்டன் கூட உட்கார்ந்து சாப்பிடுகிறதைப் பார்க்க வேண்டும் என்று, அக்கிராரத்துக்குப் போகும் போது, அந்தப் பிராமணர்கள் தென்னாலுஇராமனிடத்தே போய் அழுதார்கள். அதற்கு, நீங்கள் அஞ்ச வேண்டாம, நான் உபாயஞ் செய்து தப்புவிக்கிறேன் என்று, இராயருக்கு முன்னே தென்னாலுஇராமன் ஒரு கறுப்பு நாயின் கழுத்திலே கயிற்றைக் கட்டி, இழுத்துக் கொண்டு போய், அக்கிராரத்தின் சமீபத்தில் இருக்கிற ஒரு குளக் கரையில் ஓமதுண்டம்[1] போட்டு, நாலு பேர்பிராமணர்களை வைத்து, ஓமம் பண்ணச் சொல்லித், தான் கொண்டு வந்த நாயை முழுகப் படுத்தி அதுவாள் (173) வாளென்று கத்த, அதை இழுத்துக் கொண்டு ஓமகுண்டத்தைச் சுற்றிச் சுற்றி வந்து, மறுபடியும் நாயை இழுத்துக் கொண்டு போய் முழுகப் படுத்தி, ஓமகுண்டத்தைப் பிரதட்சணம் செய்வித்தான். இப்படியாகச் செய்து கொண்டிருக்கையில் இராயர் வந்து, இந்த நாயை (= *to this dog*) என் இப்படிச் செய்கிறாய்? என்று கேட்டார். தென்னாலுஇராமன், இந்தக்

[1] A pit for a sacrifice.

கறுப்பு நாயை வெள்ளை நாய் ஆக்கப் போகிறேன் என்றான். இராயர் அடா! பித்தனே! எங்கே (217) ஆகிலும் கறுப்பு நாய் வெள்ளை நாய் ஆகுமா? ஆக மாட்டாது, என்றார். அதற்குத் தென்னாலிஇராமன்: அம்பட்டன் பிராமணனாகிற போது கறுப்பு நாய் வெள்ளை நாய் ஆகிறது ஆச்சரியமா? என்றான். அதைக் கேட்டவுடனே இராயர் சரிதான், யோசனை பண்ணாமற் சொன்னோம் என்று மனதுக்குள்ளே வைத்துக் கொண்டு, அக் கிராமத்துக்குப் போகாமல் அரண்மனைக்கு வந்து, அம்பட்டனை அழைப்பித்து, வேறொரு விதத்தில் சமாதானம் பண்ணி அனுப்பிவிட்டார். அதைக் கேட்டுப் பிராமணர்கள் எல்லாஞ் சந்தோஷித்தார்கள்.

26. *Who will take care of my Family?*

தென்னாலிஇராமன் ஒரு நாள் மிகவும் விசனமாக இருக்கிறதை இராயர் தெரிந்து கொண்டு, நீ என் துக்கிக்கிறாய்? உனக்கு என்ன குறைபாடு? என்றார். அப்போது தென்னாலிஇராமன் ஐயா! சோதிஷர்கள்[1] என்னை இரண்டொரு (= *one or two*) மாதத்தில் இறந்து போவாய் என்கிறார்கள். ஆனால், இறப்பைக் குறித்து யாதொன்றும் நான் சிந்திக்க வில்லை, எனக்குப் பிறகாலத்தில் என் குடும்பத்தை என்னைப் போல் ஆதரிப்பார் (= ஆதரிப்பவர்கள், 88) ஒருவரும் இல்லையே! என்று கிலேசப் படுகிறேன் என்றான். இராயர், அதைக் குறித்து எவ்வளவும் நீ அஞ்சாதே! உன்னிலும் ,நின் மடங்கு அதிகமாக உன் சமுசாரத்தைக் காப்பாற்றுவேன். எனக்கு இது ஒரு பெரிதா (= பெரிய காரியமா)? என்று நம்பிக்கையாகச் சொல்லினார் (= சொன்னார்). பின்பு தென்னாலிஇராமன் அன்று முதலாக வர வர நோய் அதிகரிக்கிறாப் போல் பாசாங்கு பண்ணிக் கொண்டிருந்து, ஒரு நாள் இறந்து போனதாக (126) எல்லாரும் நம்பும் படி ஏதோ ஒரு (= *something or other*) உபாயம் பண்ணித் தன் பெட்டி யிலருந்த பணங்களையும் ஆபரணங்களையும பாத்திரங்களையும் வேறே ஓரிடத்தில் வைத்து, அதில் தான் புகுந்து கொண்டிருந்தான். இவன் இறந்தான் என்ற செய்தி இராயர் கேட்டமாத்திரத்தில் தென்னாலிஇராமனிடத்தில் திரவியம் அதிகமாய் இருக்கிறதென்று கேள்விப் பட்டபடியினால் அப்போதே சில சேவகர்களை அனுப்பி, அவன் வீட்டுப் பணப்பெட்டியைச் சீக்கிரத்தில் எடுத்து வரச் சொல்லிக் கட்டளை இட்டார். அவர்கள் அவ்வாறே அதைத் தன் அரண்மனையிற் கொண்டு வந்த மாத்திரத்தில் (மாத்திரம் = *a moment; as soon as*) ஆசையோடு அப்பெட்டியைத் திறந்து பார்க்கையில் தென்னாலிஇராமனைப் பார்த்து, ஓகோ! நீ செத்துப் போனாய் என்றார்களே! என்றார். அவன், உங்களை நம்பிச்சாகலாமா? நீர் தானா என் குடும்பத்தைக் காப்பாற்றுகிறவர்? என்றான். இராயர் வெட்கிப் பேசாமல் இருந்து விட்டார்.

[1] Astrologers.

27. *Whose Horse is it?*

ஒரு கிராமாதிபதியினுடைய (p. 23. V, அ + அ) குதிரையைச் சமீபத்தில் இருக்கிற ஒரு பாளையக்காரன் திருடிக் கொண்டு போய் வாலைக் கத்தரித்துப் போட்டுத் தன் வீட்டிலே வைத்துக் கொண்டான். கிராமாதிபதி போகடி[1] பிடித்து இராசாவினிடத்திலே போய்ப் பிரியாது செய்தான். இராசா அது உன்னுது (vulg. for உன்னுடையது, உனது) தான் என்பதற்குச் சாட்சி உண்டா? என்றார். என் கிராமத்தில் கடைக்காரகோமட்டி இருக்கிறான், என்றான். பாளையக்காரனை அழைத்து விசாரணை செய்ய அதுதன் குதிரையே என்றும், தனக்கும் பிரதிவாதியின் சாட்சியே சாட்சி என்றுஞ் சொன்னான். அரசன் கோமட்டியையும் குதிரையையும் அழைப்பித்துக் கோமட்டியைப் பார்த்து, இது கிராமாதிபதி குதிரையா? பாளையக்காரன் குதிரையா? என்று கேட்டார். கோமட்டி கிராமத்தானுது (= கிராமத்தானது *of*, or *belonging to the villager*) என்று மெய் சொன்னால் தன் வீடு கொள்ளை போம் என்றும், பாளையக்காரனுது என்று சொன்னால் கிராமத்தை விட்டு ஓடிப்போக வேண்டியதல்லாமலும் அந்தப் பொய் வெளிப்பட்டால் தண்டனை கிடைக்கும் என்றும், சற்று நேரம் ஆலோசித்து, இரண்டு பேருக்கும் அனுகூலம் போலே தோன்றும் படியாகவும், உண்மை வெளிப்படும் படியாகவும், உபாயந் தெரிந்து கொண்டு, இராசாவைப் பார்த்து, சுவாமி! இந்தக் குதிரையை முன்னே பார்த்தால் கிராமத்தான் குதிரை போலவும், பின்னே பார்த்தால் பாளையக்காரன் குதிரை போலவுந் தோன்றுகின்றது என்றான். இராசா மிகுந்த புத்தி சாலியான படியால், அவன் உபாயமாகச் சொல்லி, அதற்கு முன்னேயென்றதால், திருடி வருவதற்கு முன்னே என்றும், முகம் பழைய படி இருக்கிற தென்றும், பின்னே என்றதனால் திருடி வந்த பின்னே என்றும், வால் நூதனமாகக் கத்தரிக்கப்பட்ட தென்றும், பொருள் கொண்டு அந்தக் கோமட்டி புத்தியை மெச்சிக் கொண்டு கிராமத்தான் பட்சம் தீர்ப்புச் செய்தான்.

28. *A Modest Request.*

நித்திய தரித்திரனாகியும் பிறவிக் குருடனாகியுங் கலியாணம் இல்லாதவனாகியும் இருந்த ஒரு கோமட்டி ஒரு தெய்வத்தைக் குறித்து நெடுநாளாகத் தபசு செய்தான். அந்தத் தெய்வம் ஆனது (151) இவன் கோமட்டி ஆகையால் எத்தனை வரங்களைக் கேட்பானோ, என்று யோசனை செய்து, இவனை முன்னுதாகத் திட்டம்பண்ணிக் கொள்ள வேண்டும் என்று நினைத்து, ஓய் கோமட்டி! உன் தபசுக்காக மிகவுஞ் சந்தோஷப்பட்டேன். உனக்கு வேண்டிய ஏதாவது ஒரு வரங் கேளு, அதிகமாகக் கேட்டால் கொடுக்க

[1] போகடி colloquially = *take to flight*.

மாட்டேன் என்று சொல்லிற்று. கோமட்டி நான் அநேக வரங்களை வாங்கலாம் என்றிருந்தேன். சுவாமி இப்படிச் சொல்லி விட்டாரே (263)! இதற்கு என்ன செய்வது? என்று ஆலோசித்துத் தெய்வத்தைப் பார்த்து, என் ஆண்டவனே! உம்முடைய திருவுள்ளத்தின் படியே கேட்கிறேன், என் பேரனுக்குப் பேரன் ஏழு நிலை மாடத்தில் இருந்து, பொன்கலத்திலே பாலும் அன்னமுமாகச சாப்பிட என் கண் களிக்கப் பார்த்து விட்டுச் சாகும் படியாக இந்த ஒரு வரம் மாத்திரம் அனுக்கிரகம் பண்ணினால் போதும், என்று கேட்டான். இப்படி இவன் கேட்டதிலே சம்பத்தும் புத்திர பௌத்திர பாக்கியங்களும் (151.e) பூரண ஆயிசும் மேலான வீடும் நேத்திரமும் என்கிற இவை முதலாகிய சமஸ்த வரங்களும் அடங்கி இருக்கையினாலே தெய்வம் அவன் யுக்திக்காகச் சந்தோஷத்தை அடைந்து, அப்படியே கொடுத்து அருள்செய்தது.

29. *The Meddlesome Donkey.*

ஒரு பெருக் (131.e) கிராமத்தப் புடவைகள் வெளுக்கும் வண்ணான் அவ்வுடைமைகளைச் சுமக்கிறதற்கு ஒரு கழுதையையுந்தன் வீட்டுக்குக் காவலாக ஒரு நாயையும் வைத்திருந்தான். இப்படி இருக்கும் காலத்தில் ஒரு நாள் இரவில் நல்ல கருக்கலிலே ஆறு பேர் திருடர் அவன் வீட்டில் கன்னம் இட வந்தார்கள். அப்பொழுது அங்கிருந்த நாய் குலையாமல் சும்மா இருந்தது. கழுதையானது, நாயே! நீ என் சும்மா இருக்கிறாய்? நம்முடைய எசமானன் (= யசமானன்) வீட்டில் திருடுகிறதற்குக் கள்ளர் வந்து உள்ளே பதுங்கி இருக்கிறார்களே! நம்முடைய வசத்தில் இருக்கிற விலையேறப்பெற்ற[1] ஆடைகளெல்லாம் போய் விட்டால் எசமான் நொந்து போவான், என்றது. அதற்கு அந்த நாயானது, கழுதையே! இப்படி இவர்கள் அனேகம் முறை திருடவந்தார்கள். அப்பொழுது நான் குலைத்துக் குலைத்து எசமானனை எழுப்பி விட்டேன். கள்ளர் ஓடிப்போனார்களே. அதை நீயும் அறிவாயே. அந்த நன்றி அறிகிற குணம் நம்முடைய எசமானனிடத்தில் இல்லை. ஆதலால், அவர்கள் புகுந்து திருடிக் கொண்டு போனால் போகட்டும், நமக்கு நிமித்தியம் இல்லை (= *it's no concern of ours*), என்று நாய் சொல்லிற்று. இந்த முறை தான் ஆகிலும் கூப்பிட்டுத் தன் எசமானனை எழுப்பி விடுவோம் என்று, கழுதை இடிமுழக்கம் போலக் கதறிக் கூப்பிடத் தொடங்கிற்று. திருடர் அப்புறம் பதுங்கி இருந்தார்கள். வண்ணான் அவ்விரைச்சல் பொறுக்க மாட்டாமல எழுந்தோடி வந்து, கொழுத்த கழுதையே! என்று வைது, தடியால் இடுப்பு ஒடிய அடித்து விட்டு, கோபத்துடனே படுத்துக் கொண்டான். திருடர் மீண்டு உள்ளே வந்து புகுந்து, துணி மணிகளை எல்லாம் வாரிக் கட்டிக் கொண்டு போய் விட்டார்கள். பார்த்திருந்த நாய் கழுதையைப் பார்த்து, நான்

[1] விலை + ஏற + பெற்ற = *high-priced, valuable.*

சொல்லியுங் கேளாமற் போனாயே! நீ செய்த நன்றிக்கு நம் ஆண்டவன் செய்த நன்றியைக் கண்டாயே! ஆகிலும் நான் செய்யும் வேலையை நீ செய்ததால் இப்படி வந்தது. ஆதலால், அவன் அவன் (of each) வேலையை அவனவனே செய்ய வேண்டும். ஒருவன் செய்கிற வேலையை ஒருவன் செய்தால் இப்படியே வந்து நேரும் என்றது.

30. *A Good Maxim cheaply bought.*

ஒருவன் ஆய்ந்து பாராதான் (= பாராதவன், 121. 5) காரியஞ் சாந்துயரந்தரும் என்கிற வாக்கியத்தை ஒரு நறுக்கிலே[1] எழுதி வைத்துக் கொண்டு ஒரு பெரிய பட்டணத்திலே இது ஆயிரம் வராகன் என்று தெருத்தோறும் விலை கூறித் திரிந்தான். பெரிய யுத்தத்துக்குப் போக எத்தனமாய் இருந்த ஒரு ராஜகுமாரன், இதன் பலனை அறிவோம் என்று, ஆயிரம் வராகன் கொடுத்து, அந்த நறுக்கை வாங்கித், தன படுக்கை வீட்டிலே தூக்கிட்டி (263) ருக்கிற கட்டாரியை உருவி அந்த உறைக்குள்ளே போட்டுக், கட்டாரியைச் சொருகி முன்னிருந்த படியே தூக்கிட்டுப் போட்டுத், தான் நெடுந் தூரத்திலே யுத்தத்துக்குப் போய்ப் பதினாறு வருஷம் யுத்தம் பண்ணி வெற்றி கொண்டு தன் வீட்டிற்கு வந்து, தான் போன போது பிள்ளை உண்டாய் இருந்த தன் பெண்சாதி பெற்ற பிள்ளைக்குப் பதினாறு வயதாச்சுது: அந்தப் பிள்ளையும் அவளுமாகக்(136) கட்டிலின் மேலே படுத்துக்கொண்டிருந்தார்கள். அதைப் பார்த்துத் தன் பெண்சாதி சோரபுருஷனை வைத்துக் கொண்டிருக்கிறதாக நினைத்து, இரண்டு பேரையுங் குத்திப் போடுகிறதற்கு முன் தூக்கிட்டிருந்த கட்டாரியை உருவினான். அப்போது அதற்குள்ளிருந்த சீட்டு கீழே விழுந்தது. அதை எடுத்து, ஆய்ந்து பாராதான் காரியம் சாந்துயரந் தரும் என்றிருக்கிறதைப் பார்த்துக் கோபம் அடங்கி, இது (274. 21) காரியத்தைப் பொறுத்து ஆய்ந்து பார்ப்போம் என்று விசாரித்துத் தன் பெண்சாதி பக்கத்திலே படுத்திருந்தவன் தன் புத்திரன் என்று அறிந்து, என் அருமைப்பிள்ளையையும் பெண்சாதியையும் வீணாகக் கொல்ல நினைத்தது இந்தக் கட்டு வாக்கியத்தினாலே அல்லவா தப்பியது என்று அளவற்ற சந்தோஷத்தை அடைந்து, இந்தச் சீட்டுக்கு நான் கொடுத்தது தகுதியான விலை அல்ல, இன்னம் அதிகமாகக் கொடுக்கலாம், என்று மெச்சினான்.

31. *The Old Man who could please no one.*

குதிரையைப் படைத்த ஒரு கிழவன் தான் எறிக் கொண்டு பன்னிரண்டு வயதுடைய தன் பிள்ளையை நடத்திக் கொண்டு போனான். அது கண்டவர்கள் இவன் மகா பாவி, அறியாத பிள்ளையை நடத்திக் கொண்டு தான் குதிரை எறிக் கொண்டு போகிறான், என்றார்கள். தான் குதிரை விட்டி

[1] A slip of palm-leaf.

றக்கிப் பிள்ளையை ஏற்றிக் கொண்டு போனான். அது கண்டவர்கள் தன்னாத கிழவன் அல்லவோ குதிரை மேல் ஏற வேண்டும்? ஓடி வரத் தக்க பையனை ஏற்றிக் கொண்டு தான் நடந்து போகிறானே! இதென்ன அநியாயம்! என்றார்கள். பிற்பாடு தானும் ஏறிக் கொண்டு பிள்ளையையும் ஏற்றிக் கொண்டு போனான். அது கண்டவர்கள் இது இவரது சொந்தக் குதிரையே அல்ல. அதினாலே தான் எப்படி ஆகிலும் போகட்டும் என்று இரண்டு பேராக ஏறிக் கொல்லுகிறார்கள், என்றார்கள். ·பின்பு தாங்கள் இரண்டு பேரும் இறங்கிக் குதிரையை நடத்திக் கொண்டு போனார்கள். அது கண்டவர்கள் இவர்கள் குதிரை எப்போதும் ஏறி வாழ்ந்தவர்கள் அல்ல, என்றார்கள். அப்புறம் குதிரையினுடைய நாலு காலையுங் கட்டித் தண்டு போட்டு எடுத்துக் கொண்டு போனார்கள். அது கண்டவர்கள் இது வரைக்கும் குதிரை மனுஷனை எடுக்கிறது அறிவோம், மனுஷர் குதிரையை எடுத்துக் கொண்டு போகிறது ஆச்சரியம் என்று கூக்குரலிட்டுச் சிரித்தார்கள். அவைகளைக் கேட்டுக் குதிரைக்காரன் ஒரு விதத்துக்காவது சம்மதியாத படியினாலே உலகம் பலவிதம் என்று சொல்லிப் பின்பு தன் மனதின் படியே நடந்தான்.

CHAPTER IV.

PAÑCHA-TANTHIRAM: FRIENDSHIP'S GAIN.

சுகிர்ல்லாப தந்திரம்:

நட்புப்பேறு.

Friendship. Sōmasanmā's Thesis.

புத்திசாலிகள் (181) ஆய் (137) இருக்கிற சிநேகிதர்கள் திரவியம் இல்லாதிருந் (133) தாலும் (100) வேறே சாதனங்கள் இல்லா விட்டாலும் (123) காகமும் எலியும் ஆமையும் மானும் நட்பினால் ஒன்றை ஒன்று காப்பாற்றினாற் (227) போல ஒருவர்க்கு ஒருவர் உதவுவார்கள் எனச் (82) சோமசன்மா[1] சொல்ல (169) ராஜ குமாரர்கள் அதெப்படி? என—சொல்லத் தொடங்கினான்:

1. *The Crow. The Net Spread. The Pigeons.*

கோதாவரிக்[2] கரையில் இருக்கிற ஒரு பெரிய வன்னி மரத்தில் லகுபதனன்[3] என்னும் (132) காகம் இருந்து கொண்டிருக்கையில் (144) ஒரு நாள்விடியற்காலத்தில் அங்கே யெமனைப்[4] போல மிகவும் பயங்கரமாய் ஒரு வேடன் வந்தான். இலகுபதனன் அவனைப் பார்த்து பயப்பட்டு இத் துராத்மா[5] என்ன பண்ணுவானோ தெரியவில்லை; ஆகையால் இதைச் சோதிக்க வேண்டும் என்று இரைதேடுகிற யத்தனத்தை விட்டிருக்க (169) இதற்குள்ளே அவ்வேடன் வலையை விரித்து பலவகைப்பட்ட தானியத்தைத் தெளித்து அங்கே ஓர்செடிமறைவிற் (248) பதுங்கிக்கொண்டிருந்தான். அதன்பிறகு (22, 225) தன்பரிவாரத்தோடு அந்த மரத்தில வந்து இறங்கின

1 The Brāhman who instructs the King's sons in the Pañcha-tantra.
2 The Gōdāvari.
3 Light-goer.
4 See இயமன்.
5 Evil-soul.

சித்திரக்கிரீவன்[1] என்னும் புறாஅரசு அங்கே இறைத்திருக்குந் (269, 74) தானியத்தைப் பார்த்து, தன்பரிவாரப்புறாக்களுடனே (131, 239) சொல்லுகிறது: இந்த நிர்மானுஷியம்[2] ஆன காட்டில் தானியம் எப்படி வரும்? யார்ஆனாலுங் (217) கொண்டுவந்து (27) போட்டிருக்க வேண்டும்; இது நமக்குத் தெரிந்தால் (202) அல்லாமல் இதைப் பட்சிக்கல் ஆகாது; ஏனென்றால் ஒரு பிராமணன் பொன்காப்புக்குஆசைப்பட்டு (242) புலியினால் எப்படி மரணம் அடைந்தானோ அப்படிக்கு இது ஏதோ ஒருவிபரீதமாகத் தோற்றுகிறது என—புறாக்கள் அதைக் கேட்டு அதெப்படி மகா (மஹா) ராஜாவே! என—சித்திரக்கிரீவன் சொல்லுகிறது:

2. *Story of the Old Tiger and the Brāhman.*

நான் தென் காட்டில் மேய்ந்து கொண்டிருக்கையிற் பார்த்தேன் அதைக் கேளுங்கள்: ஒரு கிழப்புலி பலவீனத்தால் ஆகாரம் சம்பாதிக்கக் கூடாமல் ஓர்ஏரிக்கரையில் நீராடி கையில் தர்ப்பை வைத்துக்கொண்டு உட்கார்ந்திருக்கையில் ஒரு பிராமணன், அந்தவழியில்வந்தான்; புலி அவனைப்பார்த்து ஓ பிராமணா! இந்தப் பொன்காப்புத் தருகிறேன் வா என—இதைக் கேட்டு அப்பிராமணன் அந்தப்புலியைப்பார்த்து ஆலோசிக்கிறான்; எப்படி என்றால் இந்தக்காப்பு நமக்கு வலியக்கிடைக்கிறது ஆனால் மரணத்துக்கு இடம்ஆகியபுலியின் கிட்டப் (151. *d*) போகல்ஆகாது (119). ஆகையால், இந்தக் காப்பில் ஆசைவைக்கல்ஆகாது என்போம்ஆனால் மரணத்துக்கு நாலண்டையும் வழி ஆகையால் இதைக் குறித்துப் பிரயத்தனம் அவசியம் பண்ண வேண்டும் என்று தன் துராசைக்கு ஏற்பத் தனக்குள்ளே நிச்சயித்துக்கொண்டு சொல்லுகிறான்: ஐயா! புலியாரே (151)! காப்பெங்கே இருக்கிறது? என—புலிகையில் வைத்துக் கொண்டு இதோ பாரும், பிராமணோத்தமா[3]! எனக் காண்பித்தபின்பு பிராமணன் உன்னிடத்தில் எனக்கு எப்படி நம்பிக்கை[4]? என புலி நான் வைகறையில் மூழ்கி நித்தியதானம் பண்ணிக்கொண்டிருக்கிறேன். நானோ நகமும் பல்லும்போனகிழவன் ஆய்இருக்கிறேன். இப்போது என்னிடத்தில் நம்பிக்கை இல்லையா? வேட்டல் ஓதல் கொடுத்தல் தபம் சத்தியம் உறுதி பொறுமை ஆசையின்மை என்னும் இவ்வெட்டுத் தருமங்களையும் நான் அறிந்திருக்கிறதினால் இந்த அபூர்வவஸ்துவை யாருக்காகிலுங் கொடுக்க இச்சிக்கிறேன். இதனால் என்னிடத்தில்நற்குணம்இருக்கிறது என்றும் எவ்வளவானாலுந் துர்க்குணம் இருக்கிறது என்றும் அறிய இல்லையா? என்னா? என—அப்போது பிராமணன்: இது மெய்தான், ஆனால் புலி மனிதரை அடித்துத் தின்னுகிறது

[1] Variegated-neck.
[2] Destitute of men. நிர் + மனுஷன், formed into an abstract noun.
[3] Most excellent Brāhman! பிராமணன் + உத்தமன்!
[4] How am I to trust you?

என்று மிகவும் லோகாபவாதம்[1] இருக்கிறது என—புலி நான் தருமசாஸ்திரமும் அறிந்திருக்கிறேன் தன் பிராணன் தனக்கு எப்படித் தித்திப்போ அப்படி எல்லாருக்கும் இருக்கும் என்று அறிந்து சாதுக்கள் பிராணிகளிடத்தில் தயையாயிருக்கிறார்கள். தன்னைப் போலச் சுகதுக்கங்களைப் பிறரிடத்தில் நினைக்கிறார்கள். நீ மிகவுந் தரித்திரன் ஆகையால் உனக்குக் கொடுக்கப் பிரயத்தனம் பண்ணுகிறேன். சாஸ்திரமும் இப்படியே இருக்கிறது; எப்படி என்றால் ஏழைக்கே கொடுக்க வேண்டும். செல்வம் உள்ளவனுக்குக் கொடுக்கல் ஆகாது; ஏனென்றால் மருந்து நோயாளிக்கு எப்படிக்குணங்கொடுக்குமோ அப்படிநோய் இல்லாதவனுக்கு ஆகுமா? ஆதலால் நீ இந்த ஏரியில் முழுகி வந்து காப்பை வாங்கிக்கொண்டு வீட்டுக்குப் போ என்ற உடனே பிராமணன்; (ஐயோ பிராமணனுக்குப் பின் புத்தி, ஆகையால்!) புலியின் பேச்சை நம்பி ஸ்நானம் பண்ணுகிறதுக்கு ஏரியில் இறங்கின உடனே உளையில் புதைந்து, காலைப்பிடுங்கிக்கொண்டு வரக்கூடாமல் திகைத்தான். புலி அதைப் பார்த்து பிராமணா! பயப்படாதே! நான் உன்னைச் சேற்றினின்றும் எடுக்கிறேன் சற்றிரு என்று சொல்லிக் கொண்டு மெல்லெனப் போய் அவனைப் பிடித்துக்கொண்டது. அப்போது பிராமணன் எண்ணுகிறான் என்னென்றால் துஷ்டர்கள் வேதாத்தியயனம்[2] பண்ணி இருந்தாலுந் தரும சாஸ்திரம் படித்திருந்தாலும் அவர்கள் வார்த்தையில் நம்பிக்கை வைக்கல் ஆகாது; ஏனென்றால் எவன் சுபாவம் எப்படியோ அது எப்போதும் போகாது. இப்படி இருக்கையில் நம்முடைய சாதிக்கு இயல்பாய் இருக்கிற பேராசையினால் இந்தத்துஷ்டனிடத்தில் விசுவாசம் வைத்து மோசம் போனேன் என்று இப்படிப் பச்சாத்தாபப்பட்டுக்கொண்டிருக்கையில் அந்தப்புலி கொன்று தின்றது.

3. *The Pigeons in the Net.*

ஆகையால், மிகவும் ஆலோசனை பண்ணி எதொன்று செய்யத் தக்கதோ, அதைச் செய்ய வேண்டும்; அப்படிச் செய்தால் யாதொரு தீங்கு நேரிடாது, என்று இப்படிச் சித்திரக்கிரீவன் வார்த்தையைக் கேட்டு, ஒரு புறா கர்வத்தோடு சொல்லுகிறது: இப்படி ஆலோசித்தால் ஓர் இரையும் நமக்கு அகப்படாது. மேலும், வெட்கப்படுகிறவன் பொறாமையுள்ளவன் சந்தோஷப்படாதவன் குரோதமுள்ளவன் தீராச்சந்தேகமுள்ளவன் பிறர்பொருளால் சீவிக்கிறவன் இவ்வாறு பெருந்துக்கத்தையே அனுபவிப்பார்கள் என, இதைக் கேட்டுப் புறாக்கள் எல்லாந்தானியத்தைத் தின்னும் பொருட்டுப் போய் நிலத்து இறங்கி, வலையில் அகப்பட்டன. புறா அரசன் அதைப் பார்த்து, எல்லாரும் என் சொல்லைக் கேளாமற் போனார்கள், இப்போது

[1] S. *a world-wide scandal.*
[2] Reading and study of the Védas.

நான் ஒன்றியாய் இருந்து[1] பலன் இல்லை என்று சொல்லி, அதுவும் வலையில் வந்து அகப்பட்டது. பிறகு வேடன் பட்சிகள் வலையிற் சிக்கிக்கொண்டதைப் பார்த்து, அதனிடத்திற்கு வரத் தொடங்கினான். அதைப் புறாக்கள் கண்டு, சித்திரக்கிரீவனைப் பார்த்துச் சொல்லுகின்றன: நாங்கள் நீசன் புத்தியைக் கேட்டு உன்னை அவமானம் பண்ணினோம், அதன் பலன் பிராப்தி ஆயிற்று என, அப்போது சித்திரக்கிரீவன்: இப்போது இதைச் சொல்லிப் பயன் என்ன? இதற்கு ஓர் உபாயம் இருக்கிறது; எல்லோரும் வலையோடு கூட ஒருமிக்கப் பறந்து, வேறிடத்திற்குப் போக வேண்டும். அப்படிச் செய்தால்தான் பிராணனைக் காப்பாற்றல் ஆம் என, இதைக் கேட்ட உடனே எல்லாப் பறவைகளும் வலையோடு கூடச் சடுதியில் பறந்து போயின. அதை வேடன் தூரத்திலிருந்து பார்த்து, ஆச்சரியப் பட்டுச் சொல்லுகிறான்;—ஏனென்றால், இவைகள் ஒரேமனதாய் வலையைக் கொண்டுபோயின; ஆனால், இவைகளில் ஒன்றுக் கொன்று சண்டை நேரிடும். அப்போது என் கையில் அகப்படும் என நினைத்துக்கொண்டு, அவைகளின் பின்னே ஓடும் போது புறாக்கள் கண்ணுக்கு மறைந்து போய் விட்டன. பிறகு அவன் வருத்தப்பட்டுத் திரும்பி வந்து விட்டான். இவ்வாச்சரியம் எல்லாம் பார்த்திருந்த லகுபதனன் என்னும் காகம் அந்தப் புறாக்களின் பின்னே போயிற்று. பிறகு கபோதராஜா தன் கூட்டத்தைப் பார்த்துச் சொல்லுகிறது: கண்டகி[2] நதி தீரத்தில் இருக்குஞ் சித்திரவனத்தில் என் சிநேகிதன் ஆன இரணியகன் என்னும் ஓர் எலிஅரசன் இருக்கிறான். அவன் பல்லினாலே நம்முடைய வலையை அறுப்பான். ஆகையால் அங்கே நடவுங்கள் என, இதைக் கேட்டு அப்படியே எலியரசன் வளை அண்டை இறங்கின. அப்போது ஏதாவது ஆபத்து நேரிடும் என்பதைக் குறித்து தன் வளைக்கு நூறு வழி செய்து கொண்டு உள்ளே இருந்த எலியரசன் புறாக்கள் இறங்கின சப்தத்தைக் கேட்டுப் பயந்து அடங்கி இருக்கையில் சித்திரக்கிரீவன்: சிநேகிதா! இரணியகனே! எங்களோடே ஏன் பேசவில்லை? என, இதைத் தன் சிநேகனுடைய தீங்குரல்[3] என்று அறிந்து சந்தோஷத்தோடு கூடச் சீக்கிரமாக வளையினின்றும் வந்து, நான் புண்ணியவான் ஆகையால் சித்திரக்கிரீவன் என்னும் மித்திரன் என் வீட்டுக்கு வந்தான்; இவ்வுலகத்தில் மனமொத்த மித்திரனோடு சம்பாஷிக்கிறதிலும் வேறே ஆனந்தம் ஏது? என்று உபசாரஞ் சொல்லிப் பிறகு அதனுடைய அவஸ்தையைப் பார்த்து, மிகவுந் துக்கித்துச் சொல்லுகிறது: மித்திரா! நீ யெல்லாரைக் காட்டிலுஞ் சமர்த்தனாமே, உனக்கிப்படிப் பட்ட காரியம் எப்படி நேரிட்டது? என, புறா: எந்தக்காலத்தில் எது நடக்குமோ அது நடக்கும்; விதி வலிது, அதன் முன் யாருடைய உபாயம் நடக்கும்? கடல் பெருகி மேலிட்டால் அதற்குக் கரை ஏது? என,

[1] = இருப்பினால் = *by my being.*

[2] The river Gaṇḍak.

[3] Sweet voice.

இரணியகன், இத்தப் பேச்சு மெய்யே, நூறு நாழிகை தூரத்திலிருந்து வஸ்துக்களைத் தெரிந்து கொண்டு போகிற நீ இன்றைக்கு வேடன் வலையைப் பாராமற் சிக்கிக் கொண்டையே! பார்! சந்திர சூரியர்களுக்கு இராகு கேதுக்களால்[1] பீடை வருதலும், யானையும் பறவையும் பாம்புங் கட்டுப்படுதலும், புத்திசாலிகளுக்கு வறுமை வருதலுந் தெய்வத்தின் மகிமையே அல்லாமல் வேறல்ல, என்று சொல்லிச் சித்திரக்கிரீவன் கட்டுண்டிருக்கிற வலைக்கயிற்றை அறுக்கத் தொடங்கிற்று. அப்போது சித்திரக்கிரீவன்: மித்திரா! முன்னே என் பரிவாரத்தினுடைய கயிற்றை அறு, பிறகு என் பாசத்தைத் துணி எனக் கேட்டு, எலி: என் பல்லு மிகவும் மெதுவானது, அதற்குப் பலமுங் கொஞ்சம், ஆகையால் இத்தனை பெயருடைய பந்தனைகள் எனக்கு எப்படி அறுபடும்? ஆதலால் உன் தளையை அறுத்துப் பின்பு என் சாமர்த்தியத்திற்குத் தக்கதாக அவர்களுடைய தளையையும் அறுப்பேன் என சித்திரக்கிரீவன்: நல்லது, முன்னே இவர்களுடைய பாசத்தை அறு என, இரணியகன் தன்னைக் காப்பாற்றிக் கொண்டு பிறகு தன் பரிவாரங்களைக் காப்பாற்ற வேண்டும்; ஏனென்றால், அறம் பொருள் இன்பம் வீடு ஆகிய இவைகளுக்குப் பிராணன் முக்கிய சாதனம் ஆம். ஆகையால், அதைக் காப்பாற்றினால் எல்லாவற்றையுங் காப்பாற்றினால் போல் ஆகிறது என, சித்திரக்கிரீவன் இந்த நீதி சரிதான். ஆனால் இப்படிப்
பட்ட வேதனையினின்றும் பாலனம் பண்ணுகிறதுக்கு அல்லோ (193)
என்னை இவர்கள் இராஜாவாக நினைக்கிறார்கள்; ஆகையால் என் பிராணனிடத்தில் இச்சையை விட்டு, இவர்களைப் பிழைப்பி என, அதைக் கேட்டு எலி சொல்லுகிறது: நீ பரமசாது, அடுத்தவர்களை ஆதரிக்கிறவனாய் இருக்கிறாய், எசமானனிடத்தில் விசுவாசமாய் இருக்கிற சேவகனும் சேவகனிடத்திற் பிரீதியாய் இருக்கிற எசமானனுஞ் சுகம் அடைவார்கள் என்று சொல்லி, எல்லாவற்றின் பாசங்களையும் அறுத்துப் பின்பு சித்திரக்கிரீவனுடைய கட்டைச் சேதித்தது. பிறகு ஒன்றுக்கொன்று தழுவிக்கொண்டு, பிரிய வார்த்தைகள் சொல்லின பிறகு சித்திரக்கிரீவன் பரிவாரத்தோடு கூடத் தன்னிடத்திற்குப் போனது.

4. The Rat and the Crow. The Fox and the Antelope.

லகுபதனன் என்னுங் காகம் இவை எல்லாம் பார்த்து, ஆச்சரியப் பட்டு, இரணியகனைப் பார்த்துச் சொல்லுகிறது: நீ பாக்கியவானாய் இருக்கிறாய், ஆகையால் நானும் உன் சிநேகத்தை விரும்புகிறேன், ஆனால் நீ தயை செய்து எனக்குச் சிநேகனாக வேண்டும் என அப்போது இரணியகன், நீ யார்? என காகம் நான் லகுபதனன் என்கிற காக்கை என அதைக் கேட்டு, எலி, ஆனால் உனக்கும் எனக்கும் வெகுதூரம், உலகத்தில் சமா

[1] The dragon that causes eclipses.

னஸ்தர்களுக்கே சிநேகம் உண்டாகிறது, நான் உனக்கு இரை, நீ என்னைத் தின்கிறவன், இப்படி இருக்கையில் இதெப்படி ஆகும்? அது ஆபத்துக்கே முகாந்தரம் ஆம், நரி சிநேகத்தினால் ஒரு மான் வலையில் அகப்பட்டது போல உன்னால் எனக்குப் பொல்லாங்கு நேரிடும் என — லகுபதனன் அதைக் கேட்டு, மான் எப்படி வலையிற் சிக்கிக் கொண்டது? என எலி சொல்லத் தொடங்கிற்று :—

மகத[1] தேசத்திற் சண்பகவனத்தில் மானுங் காகமும் ஒன்றுக் கொன்று நட்பாய் இருந்தது. அப்படி இருக்கையில் அந்த மான் மனசின் படி புல்லு முதலானவைகளை மேய்ந்து கொழுத்திருக்கிறதை ஒரு நரி பார்த்து, தனக்குள்ளே ஆலோசிக்கிறது: இவன் நமக்கு அசாத்தியமாய் இருக்கிறான். ஆகையால் இவனை வஞ்சனையால் கொல்ல வேண்டும் என்று இப்படி நிச்சயித்து, அதன் சமீபத்திற் போய், சிநேகிதா! சுகமா? என அதைக் கேட்டு மான்: நீ யார்? என் நரி நான் க்ஷுத்திரபுத்தி[2]? என்கிற நரி, இந்தக் காட்டில் யாரும் அற்ற பாவியாய் ஒருவனாகத் திரிந்து கொண்டிருந்தேன். இன்றைக்கு உன்னைப் பார்த்து மிகுந்த சந்தோஷத்தை அடைந்தேன்; இப்போது உனக்கு வேலை செய்து கொண்டு உன்னிடத்தில் இருக்க இச்சிக்கிறேன் என இதைக் கேட்டு மான் நல்லது என்றது. பிறகு பொழுது போனவுடனே இரண்டுஞ் சண்பக மரத்தின் கீழே வந்தன. அம்மரத்தின் மேல் வாசம் பண்ணிக் கொண்டிருக்கிற மானின் சிநேகிதனாகிய சுபுத்தி[3] என்னுங் காகம் இவ்விரண்டையும் பார்த்து, மானைக் கேட்கிறது: ஓ, மித்திரா! உன்னண்டையில் இருக்கிறவன் ஆர்? என மான் இந்தச் சம்புகன் என்னுடனே சிநேகித்திருப்பேன் என்கிறான் என அப்போது காகம், மித்திரனே! சடிதியில் வந்த வழக்கம் இல்லாதவனை நம்பல் ஆகாது, ஒருவன் குலமும் நடத்தையுந் தெரியாமல் அவனுக்கு இடங் கொடுக்கல் ஆகாது, கொடுத்தால் ஒரு பூனைக்குச் சரற்கவன் என்னுங் கழுகு இடங் கொடுத்து இறந்தாற் போல் நேரிடும் என—அதைக் கேட்டு, மான் சரற்கவன் எப்படிச் செத்தான்? என காகஞ் சொல்லுகிறது :—

5. *The Cat and the Eagle.*

பாகீரதி[4] தீரத்தில் திரிகூடம் என்னும் மலையில் ஒரு முதிய இத்திமரத்தின் பொந்தில் வாசம் பண்ணிக்கொண்டிருக்கிற நகமுங் கண்ணும் இல்லாத சரற்கவன் என்னும் ஒரு கிழக் கழுகானது மற்றைப் பட்சிகள் தன்னிடத்தில் இரக்கம் வைத்துத் தங்கள் ஆகாரத்தில் கொஞ்சங் கொஞ்சம் நெருக்கிக் கொடுக்கத் தின்று கொண்டு சீவித்திருக்கையில், ஒரு நாள் நெடுஞ்செவியன் என்னும் பூனை பறவைகளுடைய குஞ்சுகளைத் தின்ன வேண்டி, அந்த

[1] The kingdom of Magada.
[2] Sharp-wit.
[3] Good-sense.
[4] The Ganges.

மரத்தின் கீழேவர, அதைக் குஞ்சுகள் பார்த்துப் பயந்து, பெருங் கூச்சல்
இட்டன. கழுகு அதைக் கேட்டு, நீங்கள் என் பயப்படுகிறீர்கள்? இங்கே
யார் வந்தான்? என இதற்குள்ளே பூனை சரற்கவனைப் பார்த்து, 'நான்
செத்தேன் எனப் பயப்பட்டு, உடனே மனதில் தைரியம் பண்ணிக்
கொண்டு, இந்தச் சத்துருவைத் தப்பித்துக் கொண்டு ஓடுகிறதற்கு நமக்குச்
சக்தி இல்லை, ஆகையால் இவன் சமீபத்தில் போக வேண்டும், பின்னர்
எது உண்டாகுமோ அது உண்டாகட்டும் என்று இப்படி நிச்சயித்து, அந்தக்
கழுகின் கிட்டே[1] போய்ச் சொல்லுகிறது: சமர்த்தனே! உனக்கு வந்
தனம் பண்ணுகிறேன் என,—கழுகு அதைக் கேட்டு, நீ யார்? என,—
அப்போது பூனை, நெடுஞ்செவியன் என்னும் பூனை என, பின்பு சரற்கவன்
நீ சீக்கிரமாய் இவ்விடம் விட்டோடிப் போ, இல்லா விட்டால் சாவாய்
என, பூனை நான் என் விர்த்தாந்தத்தைச் சொல்லுகிறேன், அதைக் கேள்;
பிறகு கொல்லத் தக்கதானாற் கொல்லு; ஏனென்றால், சாதிபேதத்தினா
லேயே பிராணிகளைக் கொல்லுவதாவது பூசிப்பதாவது யோக்கியம் அல்ல;
ஆதலால், அவன் அவன் நடத்தையைப் பார்த்து எது செய்யத் தக்கதோ
அது செய்ய வேண்டும் என, கழுகு இதைக் கேட்டுப் பூனையைப் பார்த்து,
ஆனால் நீ ஏன் வந்தாய்? சொல் என, பூனை நான் கங்கா தீரத்தில்
நித்திய ஸ்நானம் பண்ணிச் சாந்திராயணம் முதலாகிய விரதங்கள் ஆச
ரித்துக் கொண்டிருக்கிறேன்; நீ மிகவுந் தருமவானாய் இருக்கிறாய் என்று
பட்சிகளால் எப்போதுங் கேள்விப் படுகிறதினால் நான் உன்னிடத்திற்கு
வந்தேன்; ஏனென்றால், வயதில் முதிர்ந்த வித்துவானிடத்தில் தருமங்
கேட்க வேண்டும் என்று சாஸ்திரம் இருக்கிறது; ஆனால் நீ தருமத்தை
விட்டு என்னைக் கொல்லத்துணிந்தாய்; இப்படி இல்லறத்தாருடைய
ஆசாரம் எங்கும் பார்த்ததில்லை; சத்துருவுந் தன் வீட்டுக்கு வந்தால் சாதுக்
கள் அவனுக்குச் சம்மானம் பண்ணுவார்கள்; மரந் தன்னை வெட்டு
கிறவனுக்கு நிழல் கொடுக்கவில்லையா? மேலுஞ் சாதுக்கள் தங்கள் வீட்
டுக்கு எவன் வந்தாலும் பூசிக்கிறார்கள், குறைச்சல் ஒன்றும் பண்ணுகிற
தில்லை; இதற்குக் காரணம் என்னவென்றால், அதிதி யாருடைய வீட்டுக்கு
வந்து முகம் வாடிப் போகிறானோ அவன் தன் பாவத்தை அவ்வீட்டெசமா
னனுக்குக் கொடுத்து, இவன் புண்ணியத்தைக் [illegible] கொண்டு போகிறான்.
ஆகையால், சாதுக்கள் எல்லாரிடத்திலுந் தயை செய்கிறார்கள்; சந்திரன்
சண்டாளன் வீட்டிலும் பிரகாசிக்கிறான் என இதைக் கேட்டுக் கழுகு
சொல்லுகிறது: பூனை இறைச்சிகளைத் தின்னுகிறது, மேலுங் கொலை செய்
கிறது என்று நினைத்து, அது இப்படி நான் சொன்னேன் என, அதைக்
கேட்டு நெடுஞ்செவியன் பூமியைத் தொட்டுச், சிவ! சிவ[2]! என்று
உச்சரித்து, காதின் மேற் கையை வைத்துச் சொல்லுகிறது: நான் தரும
சாஸ்திரங்கள் கேட்டு, மிகுந்த வைராக்கியம் அடைந்து, பொல்லாத கருமங்

[1] For கிட்ட.

[2] A common interjection.

களை எல்லாம் விட்டு விட்டேன். ஏனென்றால், அநேக சாஸ்திரங்களில் கொலை செய்வது போல வேறொரு பாதகம் இல்லை என்று சொல்லி இருக்கின்றது. ஏனென்றால், எவர்கள் மற்றொருவனைக் கொன்று தங்களுக்குச் சுகத்தை விரும்புகிறார்களோ அவர்கள் நரகத்தை அடைகிறார்கள்; ஆகையால், கொலை செய்யாமல் இருப்பது போல வேறொரு தருமம் இல்லை என்று நினைத்துக் காட்டில் இருந்து கொண்டு, காய் கனி கிழங்குகளைச் சாப்பிடுகிறவர்கள் பாதகம் எப்படிப் பண்ணுவார்கள்? என்று சொல்லிக் கழுகுக்கு நம்பிக்கை வரப் பண்ணி, அதன் வீட்டில் இருந்தது. பிறகு அந்த ருத்திராட்சப்பூனை[1] பட்சிகளின் குஞ்சுகளை நாடோறும் அங்கே கொண்டு வந்து தின்று கொண்டிருக்கத் தலைப்பட்டது. அப்போது, குஞ்சு இழந்த பறவைகள் எல்லாங் கிலேசப்பட்டு, பிறகு எல்லாம் ஒன்றாய்க் கூடித்தங்கள் குஞ்சுகளைச் சோதிக்கத் தொடங்கின. பூனை இதை அறிந்து அவ்விடம் விட்டோடிப் போயிற்று. பின்பு அந்தப் பட்சிகள் அங்கே பார்த்துக் கொண்டே கழுகின் பொந்தண்டை வந்து பார்க்கையில் அந்தக் குஞ்சுகளுடைய எலும்புகளுஞ் சிறகுகளும் விழுந்து கிடக்கக் கண்டு, நம்முடைய குஞ்சுகளை இந்தத் துரோகிக்கழுகே பட்சித்தது என்று நிச்சயித்துப் பிறகு அந்தக் கழுகைக் கொத்திக் கொன்றன. ஆகையால், ஒருவனுடைய குணந் தெரியாமல் அவனுக்கு இடங் கொடுக்கல் ஆகாது; என,—

6. *The Fox admitted.*

அப்போது நரி சொல்லுகிறது: உன் சுபாவம் இவனுக்குச் சிநேகிக்கிறதற்கு முன்னே தெரியுமா? ஆகையால், நல்லோர்களுக்குச் சுபாவத்தினாலே காரியம் இல்லை, அவர்களுடைய சிநேகங் கண்ட மாத்திரத்தினாலேயே ஆகிறது என,—மான் அதைக் கேட்டு, எப்படி நீ எனக்கு மித்திரனோ அப்படியே இவனும் இருக்கட்டும், நீ ஒன்றுந் தடை சொல்லாதே! என்று சொல்லி நரியைத் தன்னிடத்தில் வைத்துக் கொண்டது. பிறகு மூன்றுந் தங்கள் மார்க்கத்தின்படி வயிற்றை நிரப்பிக் கொண்டு ராத்திரிக்கு[2] அந்த இடத்தில் வந்துகொண்டிருந்தன. இப்படி இருக்கையில் ஒரு நாள் நரியானது மானைப் பார்த்து, மித்திரா! இந்தக் காட்டில் இளவிளை[3]வென்று தேற்றியான பயிர் இருக்கிறது. அதை உனக்குக் காண்பிக்கிறேன் என்று சொல்லி, அதை இட்டுக் கொண்டு போய்க் காட்டிற்று. அன்று முதலாய் அந்த மான் போய்த் தினமானம் பயிரை மேய்ந்து கொண்டிருக்கையில் அதைக் கொல்லைக்காரன் பார்த்து, அங்கே வலை கட்டினான். பின்பு மான் அங்கே வழக்கப்படி மேயப் போய், அதில் சிக்கிக் கொண்டு, இப்போது என்னை மித்திரனைத் தவிர யார் விடுவிப்பான்? என்று மனதில் எண்ணிக் கொண்டிருக்கையில், நரி அங்கே வந்து, என்னுடைய மனோரதம்

[1] See ருத்திராக்ஷம். [2] See இரா. [3] See Lesson 100.

நிறைவேறிற்று, இப்போது நான் இதன் எலும்பையும் மாமிசத்தையும் நிரம்பத் தின்னுவேன் என்று வாய் ஊற மனதில் எண்ணிக்கொண்டு, சும்மா இருந்தது. அதைக் கண்டு மான் சொல்லுகிறது: மித்திரா! ஏன் சும்மா இருக்கிறாய்? என்னுடைய தலையைச் சீக்கிரமாய் அறுத்து என்னை விடுவி; ஏனென்றால், சங்கட காலத்தில் சிநேகிதர்கள் உடை இழந்தவன்கை போல் உதவுகிறார்கள் என—சம்புகம்: ஆம், நீ சொல்வது எல்லாம் மெய்யே, ஆனால் எனக்கு இன்றைக்கு விரததினம், ஆகையால் நான் இந்தத் தோல் வலையைத் தீண்ட மாட்டேன், நாளைக்கு என்ன சொன்னாலுங் கேட்பேன், சிநேகிதனுக்காக நான் பிராணனை விடத் தக்கவன் என்று சொல்லி, அதன் கண்ணுக்குத் தப்பித்துக் கொண்டு, அங்கே ஓர் அண்டை ஒளித்துக் கொண்டிருந்தது. பிறகு காகம் இராத்திரிக்கு மான் வர வில்லை, என்று அதைத் தேடும் பொருட்டு இங்கும் அங்குந் திரிந்து கொண்டு, அங்கே வருகையில் அந்த மானின் அவஸ்தையைப் பார்த்துக் கேட்கிறது: சிநேகிதா! உனக்கு இந்த அவஸ்தை இப்படி ஏன் வந்தது? என—மான்: இது உன் வார்த்தையைக் கேளாமையால் வந்த பலம் என—காகம்: உன் கூட்டாளியான சம்புகன் எங்கே போனான்? என—மான்: என்னுடைய இறைச்சியைத் தின்கிறதற்காக இங்கே தானே ஒளித்துக் கொண்டிருப்பான் என—அதைக் கேட்டு, காகம்: தனக்கு இதம் பண்ணுகிற மித்திரன் பேச்சைக் கேளாதவனுக்கு விபத்துச் சீக்கிரமாக வரும், பின்னும் அவன் சத்துருவுக்குச் சந்தோஷம் வருவிக்கிறான் எனச் சொல்லிக்கொண்டிருக்கையில், கொல்லைக்காரன் கையில் ஒரு தடியை எடுத்துக் கொண்டு வர, அவனைப் பார்த்துக் காகம் மானுக்குச் சொல்லுகிறது: மித்திரா! நீ இப்போது மூச்சை அடக்கிக் கொண்டு செத்தவனைப் போலக் கிடந்தால் அவன் உன்னைப் பார்த்து, நீ செத்தாய் என்று எண்ணிக் கொண்டு கட்டிய வலையை அவிழ்த்துச் சுருட்டி வேறோர் இடத்தில் வைக்கப் போவான். அப்போது நான் கத்துகிறேன், அதைக் கேட்ட மாத்திரத்தில் நீ மிகவும் விரைவாய் ஓட்டம்பிடி என்று சொல்லி, தான் அப்படியே பொய்யாக மானின் கண்ணைக் குத்திக் கொண்டிருந்தது. இதற்குள்ளே அந்தக் கொல்லைக்காரன் மானைப் பார்த்து, இது செத்தது என்றெண்ணி, கட்டி இருந்த வலையை அவிழ்த்து, ஓரிடத்தில் ஒன்றாகக் கூட்டி வைக்கப்போனான். காகம் அதைப் பார்த்துச் சங்கேதப்படி கத்த மான் அதைக் கேட்ட உடனே ஓட்டம் பிடித்தது. அதைக் கொல்ல நினைத்து அந்தக் குடியானவன் தடியை விசிறி எறிய அது பதிவிருந்த நரி மேல் பட்டு[1] இறந்தது. ஆகையால், புண்ணியமாவது பாவமாவது மிகுதி ஆனால் தன் பலனுடனே உண்டாகிறது என்று சொல்லி, பின்னும் எலி: இப்படி மானுக்கு நரி சிநேகம் போல் உன் உறவு உபயோகம் அன்று என—காகம்: உன்னைத் தின்றால் எனக்குப்

[1] Compare Lesson 98 (௪).

போதுமா! நீ பிழைத்திருந்தால் நான் சித்திரக்கிரீவனைப் போல் சுகம் அடைவேன் என்று உன் நட்பை விரும்புகிறேன் என— பின்னும் இரணியகன்: நீ எனக்குப் பகைவன், உன்னுடனே நான் சிநேகம் பண்ணுகிறதில்லை; ஏனென்றால், சத்துரு தனக்கு அனுகூலமாய் இருந்தாலும் அவனோடே சிநேகிக்கல் ஆகாது; தண்ணீர் வெந்நீர் ஆனாலும் நெருப்பை அவிக்கும்; ஆகையால், எது தக்கதோ அதைச் செய்ய வேண்டும். தண்ணீரில் வண்டியும் பூமியின் மேற் கப்பலும் நடக்குமா? இதனாற் சத்துருக்களிடத்திலும் வியபிசாரி[1] இடத்திலும் நம்பிக்கை வைக்கல் ஆகாது, என்று இப்படிப் பலவிதமாகச் சொல்ல, காகம்: நான் உன்னுடனே சிநேகிப்பேன், இல்லா விட்டாற் பட்டினியாக இருந்து இங்கேயே பிராணனை விடுவேன். நெருப்பின் வெப்பத்தினால் பொன்முதலானவை உருகி ஒன்றுகிறது. யாதொரு நிமித்தத்தினாலே விலங்கு பறவைகள் மித்திரத்துவத்தை[2] அடைகின்றன. பயத்தினால் ஆகிலும் யாதொரு ஆசையினால் ஆகிலும் மூடர்களுக்குச் சிநேகம் உண்டாகிறது. ஆனால், சாதுக்களுடைய சிநேகங் கண்டமாத்திரத்தில் உண்டாகிறது. மண்பானை சீக்கிரமாய் உடைகிறது, பிறகு பொருந்துகிறதில்லை, பொன்குடஞ் சீக்கிரத்தில் உடையாது, உடைந்தால் ஒன்றும்; இப்படியே துர்ச்சனர் சற்சனர்களுடைய சிநேகம் இருக்கிறது என,—இதைக்கேட்டு இரணியகன் சொல்லுகிறது: உன் வார்த்தையால் நான் சந்தோஷம் அடைந்தேன், இப்போது உனக்கும் எனக்குஞ் சிநேகத்துவம்[2] இருக்கட்டும்; இனிமேல் நாம் இருவரும் ஒரு மனதாய் இருக்கவேண்டும், உபகாரம் பண்ணுகிறவன் மித்திரன் என்றும், அபகாரம் பண்ணுகிறவன் சத்துரு என்றும் அறிந்து, மனக்களங்கம் இல்லாமல் நடக்க வேண்டும் என்று இப்படிப் பேசி நிச்சயித்து, இரணியகன் லகுபதனனுக்குச் சிறிது ஆகாரங் கொடுத்துத் தன் வளையிற் போயிற்று. சிநேகலாபம், பெற்ற காகமும் அதனிடத்தில் செலவு பெற்றுக் கொண்டு, தன்னிடத்திற்குப் போயிற்று. அது முதலாய் இவைகள் அத்தியந்தஞ் சிநேகமாய் ஒன்றுக்கொன்று ஆகாரங் கொடுத்துக் கொண்டு, பல பல வார்த்தைகள் பேசிக் கொண்டிருக்கையில் ஒரு நாள் லகுபதனன் எலியைப் பார்த்து, மித்திரா! இப்போது இங்கே இரை அகப்படாமையால் வேறோர் இடத்துக்குப் போக இச்சிக்கிறேன் என— அதைக் கேட்டு இரணியகன்: எங்கே போகிறாய்? என—அப்போது அது தண்டகாரணியத்திற்[3] கர்ப்பூரகௌரம் என்கிற தடாகத்தில் இருக்கிற ஆமை ஆகிய மந்தரன் என்பவன் எனக்குச் சிநேகிதனாய் இருக்கிறான்; அவன் எனக்கு விதம் விதமான மீன்களைக் கொடுத்துப் போஷிப்பான், அதைக் குறித்து நான் அவனிடத்துக்குப் போகிறேன் எனக் கேட்டு, இரணியகன், மித்திரா! அவ்விடத்துக்கு என்னையுங் கொண்டு போக வேண்டும், நான் தேசாந்தரம் போக விரும்புகிறேன்

[1] See வியாபாரம்.

[2] S. termination -TUVAM = TVAM.

[3] S. ஆரணியம் = காடு. The famous Daṇḍaka jungle.

என—அப்போது காக்கை: நீ அப்படி விரும்புவானேன்? என—இரணியகன்: அங்கே போன பின்பு சொல்லுவேன் என—பிறகு லகுபதனன் இரணியகனை எடுத்துக் கொண்டு அந்த இடத்துக்குப் போயிற்று. அவைகளைப் பார்த்து மந்தரன் அவ்விரண்டுக்கும் ஆதித்தியம் பண்ணிற்று. அப்போது லகுபதனன் மந்தரனைப் பார்த்து, இந்த இரணியகன் மிகவும் பரோபகாரி, இவன் சித்திரக்கிரீவனை அவன் கூட்டத்தோடு கூட வலையினின்றும் விடுவித்தான், அப்போது இவன் நட்பினிலைமையைப் பார்த்து நானும் இவனுடனே நட்புக் கொண்டேன் என—அதைக் கேட்டுக் கூர்மஞ் சந்தோஷப்பட்டு, இரணியகனைப் பார்த்து, மித்திரா! நீ இந்த மனித சஞ்சாரம் இல்லாக் காட்டில் வருவானேன்? என அப்போது எலி சொல்லுகிறது:—

7. The Rat's Story.

சம்பகாவதி என்னும் பட்டணத்தில் சூடாகர்ணன் என்னும் ஒரு சந்நியாசி உண்டு; மிகுந்த சோற்றைக் கப்பரையில் போட்டு உறியின் மேல் வைத்து விட்டு நித்திரை பண்ணிக் கொண்டிருப்பான். பின்பு அந்தச் சோற்றை நான் தின்று கொண்டு சுகமாய் இருக்கிற நாளில் அங்கே வீணாகர்ணன் என்னும் ஒரு சந்நியாசி வந்து அவனோடு கூட அநேக கதாப்பிரசங்கம்[1] பண்ணிக் கொண்டிருக்கையில், அந்தச் சூடாகர்ணன் கையில் ஒரு தடியினாலே பூமியைத் தட்டிக் கொண்டு, சோற்றைக் காப்பாற்றிக் கொண்டிருந்தான். அப்போது வீணாகர்ணன் என்னுடைய கதையை அநாதரவு பண்ணி நடுவே வேறே என்ன வியாபாரத்தில் இருக்கிறாய்? என,—சூடாகர்ணன் உன் வார்த்தையை அநாதரவு பண்ணவில்லை. ஆனால் இவ்வெலி என் பாத்திரத்தில் இருக்கிற அன்னத்தை நாடோறுந் தின்னுகிறது; அதை ஓட்டுகிறேன் என,—வீணாகர்ணன் அப்போது உறியைப் பார்த்து அவனுக்குச் சொல்லுகிறான்: கொஞ்ச பலம் உள்ள இந்த எலி இவ்வளவு உயரம் எப்படிக் குதிக்கிறது? ஆகையால், இதற்கு ஏதோ ஒரு காரணம் இருக்க வேண்டும்; அது தான் ஏதுவாய் இருக்கலாம் என்று ஆலோசித்துப் பார்த்தால் மிகவும் இங்கே திரவியம் இருக்கும்; ஏனென்றால், உலகத்தில் திரவியம் உள்ளவர்கள் பலமுள்ளவர்களாய் இருக்கிறார்கள். அசாத்தியமான காரியங்களைச் சாதிக்கிறார்கள். ராசத்துவத்துக்கும் இது காரணம் ஆகும், எல்லாம் இதனால் ஆகின்றன, என்று சொல்ல, அந்தச் சந்நியாசி இதைக் கேட்டு மெய்தான் என்று நம்பி, பூமியை வெட்டி, ஐயோ! என் திரவியத்தை எடுத்துக் கொண்டான். அன்று தொடங்கி நான் இளைத்துப் போனேன், பின்பு எனக்கு இரையுங் கிடையாததினால் மெள்ள மெள்ள நடந்து கொண்டிருக்கையில் அந்தக்

[1] See கதை.

சந்நியாசி பார்த்து, பார்! இந்த எலி இப்போது தன்னுடைய சாதித்தன்மையை அடைந்திருக்கிறது, முன் இருந்த மதம் போய் விட்டது; ஆகையால், பணமில்லாதவர்களை எல்லோரும் அற்பமாய் நினைக்கிறார்கள் என—இதைக் கேட்டு, நான் இப்போது இங்கே இருக்கிறது சரி அன்று, இதை வேறொருவரோடுஞ் சொல்லல் ஆகாது; ஏனென்றால், பொருள் இழவுங் கிரகச்சித்திரமுந் தானமும் மானமும் அவமானமும் ஆயுளும் தனமும் ஆகிய இவைகளைப் புத்திமான் வெளிப்படுத்தல் ஆகாது; தன் விதி பிரதிகூலமாய் இருக்குங் காலத்தில் பராக்கிரமமும் முயற்சியும் வீண் ஆகின்றன. ஆகையால், பணமில்லாதவனுக்கு வனவாசத்தைக் காட்டிலும் சுகம் இல்லை. எந்த இடத்தில் நாம் பணக்காரனாய் இருந்தோமோ அந்த இடத்தில் ஏழையாய் இருக்கிறது உத்தமம் அன்று என்று, மறுபடி இழந்த பணத்தை எடுத்துக் கொள்ள ஆயத்தப்பட்டேன்; அப்போது சந்நியாசி என்னைத் தடியால் அடித்தான். அதனால் மிகவுந் துக்கப் பட்டு, உன் சிநேகிதனோடே கூட இங்கே வந்தேன் என—மந்தரன்[1] மித்திரா! நீ இதனால் அதைரியப்பட்டு, உறைவிடந் துறந்தோம் என்று வருத்தப் படவேண்டாம். ஏனென்றால், சாதுக்கள் எங்கேபோனாலும் மரியாதை பெறுகிறார்கள். சிங்கம் வேறொரு காட்டுக்குப் போனாலும் புல்லைத் தின்கிறதில்லை, யானையையே தின்னும்; ஆகையால், உச்சாகமுள்ளவன், சந்தோஷமுள்ளவன், தைரியசாலி, சூரன், களங்கமில்லாதவன் இவர்களிடத்தில் லட்சுமி தானே வந்து அடைகிறாள்; நீ பணம் இழந்தாலும் எப்போதுஞ் சந்தோஷத்தோடே கூடி இருக்கிறாய்; ஆகையால், உனக்கிருக்கிற சுகம் பணத்தாசையால் மயங்குகிறவர்களுக்கு இல்லை; இன்னுங் கேள்,—மேகச்சாயை, துஷ்டனுடைய தயை, இளம்புல், பாலஸ்திரீ, யௌவனம், தனம் இவைகள் வெகு நாளைக்கு நில்லா; ஆகையால் இவை இழந்துபோனால் அழுது கொண்டு ஆகாரத்தைக் குறித்து ஏங்கி இருக்கல் ஆகாது; ஏனெனில், எவன் கர்ப்பத்தில் இடுகிறானோ, அவன் பிறக்கிறதற்கு முன்னே தானே தாய் முலையிற் பாலை அமைத்து வைக்கிறான். அப்படிப்பட்டவன் ஆயிசுள்ளவரைக்குங் காப்பாற்ற மாட்டானா? நீ நல்ல விவேகியாய் இருக்கிறதினால் இவை எல்லாம் உனக்குத் தெரிந்தே இருக்கும்; இனிச் சிநேகமாய் என்னிடத்தில் சுகமாய் இரு என—இவை எல்லாங் கேட்டுப் பிறகு லகுபதனன் சொல்லுகிறது: மந்தரா! நீ சகல குண சம்பன்னன்; மேலுஞ் சற்சனன் சாதுக்களுக்கு வந்த ஆபத்தைச் சாதுக்களே நிவிர்த்தி பண்ணுகிறார்கள் என்று அறிந்து, நாங்கள் உன்னை நாடி வந்தோம் என்று சொல்லி, நீண்ட பெரிய மரத்தின் மேற் போய் உட்கார்ந்து, தன் சுபாவப் படியே இங்கும் அங்கும் பார்த்துக் கொண்டிருக்கையில், ஏதோ ஒரு பயமுகாந்தரத்தை அறிந்து, அவ்விரண்டுக்கும் நீங்கள் உங்களிடத்தில்

[1] மந்தரம், S. *tortoise*: கூர்மம், ஆமை.

ஒளித்துக் கொண்டிருங்கள் என—மந்தரன் தண்ணீரிற் போயிற்று; எலி வளையில் நுழைந்தது.

8. *The Antelope joins the Party.*

காகம விருட்சத்தின் நுனியிலிருந்து பார்க்கையில் ஒன்றுங் காணப் படாமையாற் பின்பு அம்மூன்றும் ஒன்றுக்கொன்று பேசிக் கொண்டிருக்கையில், அங்கே அவைகளின் சமீபத்தில் சித்திராங்கன்[1] என்னும் ஒரு கலைமான் வந்து சொல்லுகிறது: நான் வேடர் பயத்தால் உங்களிடத்தில் இருக்கலாம் என்று வந்தேன் என,—அதைக் கேட்டு மந்தரன் அதற்குச் சம்மானம் பண்ணி, இது உன் வீடு நான் உன் சேவகன் என்று எண்ணிக் கொண்டு, சுகமாய் இருக்க வேண்டும் என,—முகம் மலர்ந்து மனங் கலந்த இன்சொற் சொல்ல, பிறகு அதுவும் இவைகளுடன் நட்புக் கொண்டிருந்தது. அப்படி இருக்கையில் ஒருநாள் சித்திராங்கன் என்னும் மான் புல் மேய வேறோரிடத்திற்குப் போய் மீண்டு சாயங்காலம் வராமையால் ஆமை, மேயப் போனமான் இன்றைக்கு என் சாயந்தரம் வர வில்லை? என்று விசனப்பட அதை அறிந்து எல்லாம் விசனம் அடைந்தது. மறுநாள் விடியற் காலத்தில் காக்கை பறந்து நாலு பக்கத்திலும் பார்த்துக் கொண்டு போகையில் சித்திராங்கன் தோல்வலையில் அகப்பட்டிருக்கிறதைக் கண்டு, அதன் கிட்டே போய்ச் சொல்லுகிறது: மித்திரா, உனக்கு இந்த அவஸ்தை எப்படி நேரிட்டது? என—மான்: இப்போது இதைக் கேட்டுப் பிரயோசனம் இல்லை; ஆனால் நீ போய் இரணியகனைச் சீக்கிரமாய் இட்டுக் கொண்டு வந்தால், அவன் வேடன் வருகிறதற்குள் என்பாசத்தை அறுத்து என்னை விடுவிப்பான்; வேடன் வந்தால் ஒருபாயமும் நடவாது என,—இதைக் கேட்ட உடனே விரைவாகப் போய் அவைகளுடனே நடந்த காரியத்தைச் சொல்லி, இரணியகனை இட்டுக் கொண்டு வந்தது. வந்த இரணியகன் மானைப் பார்த்து, நீ சமர்த்தனாய் இருக்கையில் வலையில் எப்படி அகப்பட்டாய்? என—மான் வல்லமை இருந்தாலும் வருவது வரும், இப்போது என்னைச் சீக்கிரமாய் விடுவி, எனக்குப் பழைய பயம் இருக்கிறது; ஏனென்றால், முன் நான் குட்டியாய் இருக்கையில் வேடன் வலை கட்டி என் கூட்டத்தை வளைத்தான். ஆனால், மற்றவைகள் பெரிய மான்களாய் இருந்தபடியால் குதித்து வலையைத் தாண்டிப் போயின. எனக்குக் குதித்தோடச் சக்தி இல்லாதிருந்தது, ஆதலால் வேடன் பிடித்து ராஜாவினிடத்தில் கொண்டு போனான். ராஜா வாங்கித் தன் பிள்ளை கையிற் கொடுக்க அங்கே நான் வெகு நாள் இருந்து கொண்டிருக்கையில் ஒரு நாள் மேககர்ச்சனையைக் கேட்டு நான் மிகவுஞ் சஞ்சலப்பட்டு, மனுஷ பாஷையினால் எனக்குள்ளே பேசிக் கொண்டேன். என்னவென்றால்,

[1] H. B., p. 23. V. See சித்திரம் and அங்கம்.

காற்று மழையால் பீடிக்கப் பட்டு மான் கூட்டங்கள் ஓடும் போது அவற்றின் பின் நான் ஓடுவேனா? என—ராஜ குமாரன் இதைக்கேட்டு காற்றிசையும் பார்த்து என்னைப் பார்த்தான். பின்பு சற்றுநேரஞ் சும்மா இருந்து இது மனுஷனைப் போல் எப்படி உச்சரித்தது! ஆகையால், இது ஒரு விசித்திரப் பிராணியாய் இருக்கிறது என்று நினைத்து, பயத்தினால் சுரத்தில் விழுந்தான். பிறகு விடியற்காலத்திற் சோதிஷர்களை அழைப்பித்து அவர்களுடனே இதைச் சொல்ல, அவர்கள், எல்லா மிருகங்களும் மனிதரைப் போல் பேசுகின்றன; ஆனால், நமக்கு முன்னே பேசுகிறதில்லை, அதுவும் உன்னைப் பாராமற் பேசிற்று; இதற்காக நீ பயப்பட வேண்டாம், இது யாதொரு விசித்திரப்பிராணி அன்று; இதனால் உனக்கு எவ்வளவும் பயமில்லை என—இதைக் கேட்டு, ராஜகுமாரன் என்னை விட்டு விட்டான். பிறகு இக்காட்டில் வந்தேன், இப்படி முன்னொருதரம் வலையில் அகப்பட்டேன், ஆகையால், என்னைச் சீக்கிரமாக விடச் சொல்லுகிறேன் என,—இதற்குள்ளே மித்திரத்துவத்தினாலே மந்தரனும் அங்கே வந்து இரணியகனைப் பார்த்து, மித்திரா! இப்படித் தாமசம் பண்ணுகிறது சரி அன்று, இப்போது வேடன் வந்தால் நாம் எல்லாம் ஓடிப் போவோம்; ஆனால், வலையில் அகப்பட்ட சித்திராங்கனைப் பிடித்துக்கொள்வான், இதைக் குறித்து எனக்குக் கிலேசமாய் இருக்கிறது; ஏனென்றால், நினைப்பின் படி மனதில் இருக்கிறதை அறிகிற சிநேகிதனும் மனோகர ஸ்திரீயும் பிறர்துக்கம் அறிகிற பிரபுவும் கிடைக்கிறது அருமை, என்று இப்படி மந்தரன் சொல்லிக் கொண்டிருக்கையில், வேடன் சடுதியில் இயமனைப் போல் தூரத்தில் வருகிறதைலகுபதனன் கண்டு எலியைப் பார்த்து, மித்திரா! வேடன் வந்தான், இப்போது பெரிய சங்கடம் நேரிட்டது என—அதைக் கேட்டு இரணியகன் அதி சீக்கிரமாய்ச் சித்திராங்கன் வலையை அறுத்தது; அறுத்த உடனே கிட்ட வந்த வேடனைப் பார்த்து எல்லாம் ஓட்டம் பிடிக்க, அப்போது அவன் விசனம் அடைந்து, நாலண்டையும் பார்க்கையில் மந்தரன் தன் நடையின்படி நடந்து கொண்டிருந்தது: வேடன் அதைப் பார்த்துப் பிடித்து, தன் வில்லில் சேர்த்துக் கட்டிக் கொண்டு, கொஞ்சஞ் சந்தோஷத்தோடே போகும் போது அதைப் பார்த்து மானும் எலியுங் காகமும் மிகவுஞ் சிரமப் பட்டு, இப்போது என்ன செய்யலாம்? என்று, வேடன் பின்னே போகத் தொடங்கின; அப்போது இரணியகன், ஒரு சங்கடம் நிவர்த்தி ஆகிறதற்குள்ளே மற்றொன்று வந்து நேரிட்டது; ஆகையால் சீவனுக்குத் தேகத்தோடு கூட அநேகந் துக்கங்களை அனுபவிக்க வேண்டி இருக்கிறது; இந்தத் துன்பஞ் சிநேகிதனால் நமக்கு வந்தது. ஏனென்றால், எவன் மித்திரனிடத்தில் விசுவாசம் வைக்கிறானோ, அந்த விசுவாசம் அவனுக்குத் தாய் தந்தை சகோதரன் பிள்ளை சுற்றங்களிடத்தில் இராது என்று இப்படி வெகுவிதமாய்த் துக்கித்து, பின்னும், வேடன் தூரமாகப் போவதற்கு முன்னே மந்தரனை விடத்தக்க உபாயம் பண்ண வேண்டும்; பிறகு ஆக மாட்

டாது, என—அப்போது அவைகள் என்ன செய்யலாம்? சொல் என—எலி சித்திராங்கன் ஏரிக்கரையில் செத்தவனைப் போலக் கிடக்க வேண்டும்; அதன்மேற் காகம் உட்கார்ந்து கொண்டு பொய்யாகக் குத்த வேண்டும் அப்படி இருந்தால் அதை வேடன் பார்த்து மந்தரனைப் பூமியில் வைத்து விட்டு மான் அண்டை போவான், இதற்குள்ளே நான் ஆமையின் கட்டைச் சேதிப்பேன்; பிறகு அவ்வாமை தண்ணீரில் ஓடிப்போம் என—இதைக் கேட்டு, எல்லாம் அவ்வாறே செய்து, மந்தரனை விடுவித்தன. பிறகு அந்த வேடன் வாய்த்தவிடும் போய் அடுப்பும் நெருப்பும் இழந்தவன் போல் வெட்கி, மிகவும் வருத்தம் அடைந்து, கைக்கு வாராதபெரிய லாபத்தை இச்சித்து, கைக்கு வந்த சிறிய லாபத்தை இழந்தேனே, யார்க்கும் அதிக ஆசை அதிக நஷ்டம்; கிடைத்த மட்டும் போதும் என்று நினைக்கிறவனே மகா புருஷன் என்று இங்ஙனம் எண்ணிக் கொண்டு, தன் வீட்டுக்குப் போன உடனே அந்தக் காகமும் ஆமையும் மானும் எலியும் மிகவுஞ் சந்தோஷம் அடைந்து, தங்களிடத்தில் முன்போல வாழ்ந்திருந்தன.

நட்புப்பேறு என்னும் அதிகாரம்

முற்றிற்று.

CHAPTER V.

MAGISTERIAL BUSINESS: 'CUTCHERY TAMIL.'

1. *Official Returns of Robbery Cases.*

தென்னாற்காடு ஜில்லா (South Arcot) மாஜிஸ்திரேட்டராகிய மெஸ்தர் சீ. டபில்யு ரீட் (C. W. Read) துரையவர்கள்[1] சமுகத்துக்கு[2]:

விழுப்புரம் தாலுகா முதலாவது வகுப்பு சபார்டினேட் (subordinate) மாஜிஸ்திரேட்டு குழந்தைவேலு பிள்ளை எழுதிக்கொண்ட அர்ஜி[3]:

சானது வருஷம ஜனவரி (January) மாசமுதல் ஜூன் (June) மாசம் ஆகர் வரையில் நடந்த கூட்டக்கொள்ளை வழிப்பறி இதுகளின் தப்சீல் கணக்கும் ஸ்டேட்மெண்டும தயார் செய்வித்து அந்தக் கதா (உ) யும் இதிலடக்கமாய் சமுகததுக்கு ரவானா செய்திருக்கிறேன்.

தங்கள்விதேயன்.

1865 வருஷம், ஜூலை (July) மாசம் ௮ உ, * * * *
கம்பா விழுப்புரம்.

2. *A Thief flogged.*

தென்னாற்காடு ஜில்லா மாஜிஸ்திரேட்டராகிய (இன்னா) துரையவர்கள் சமுகத்துக்கு:

விழுப்புரம் (Viruppuram) தாலுகா முதல்வகுப்பு சபார்டினேட் மாஜிஸ்திரேட் ம. குழந்தை வேலு (M. Kuranthai Vēlu) பிள்ளை மிகவும் வணக்கமாயெழுதிக்கொண்ட அர்ஜீ பெயான வென்னவென்றால்[4]:

சானது (p. 14) வருஷத்திய காலண்டர் (calendar) நெம்பர் 108-ல் (இல் 7th c.) தாக்கலான குற்றவாளி கிஷ்ணன் சானது வருஷம் ஏபரல் மாசம் 14உ ராத்திரி சுமார் 10 மணிக்குக் கொலியனூர் ரோட்டின் (Road) ருகாமையிலி ருக்கிற தென்னந்தோப்பில் விட்டிருந்த வண்டியிலிருந்த வாதி (ஆகிய 130, 50) திருவேங்கிடத்தினுடைய (proper name: திரு-வேங்கிடம்) ரூபாய் 12 ॥-॥ பெறுமான வெள்ளை சரிகை-போட்டதலை குட்டை

[1] Lit. *gentleman-themselves*—an awkward honorific, in which துரை = *Mr.*, and அவர்கள் *they*.

[2] சமுகத்துக்கு used ceremonially for the simple அவர்களுக்கு.

[3] This is called [illegible] '*heading.*'

[4] *The mute dot is very often omitted!*

ஒன்றை களவு செயததாக இந்தியன் பினல் கோட் (Indian Penal Code) 379-வது (175) செகஷன்படி குற்றம் ஸ்தாபகமாய் (establish), மேற்படி குற்றத்திற்காக கஅகசு வருஷத்திய VI வது ஆக்ட்டு (act) I-வது செக்ஷன் (section) முதலாவது கிளாசு (clause) படிக்கு மேற்படி குற்றவாளி முதுகில் ஒன்பதுவார்ககசையினல் இரண்டு டஜன் (dozen) அடிகளும்படி நான் தீர்ப்பு செயது, இன்றையத்தினம் சாயந்திரம் 4. மணிக்கு (242) கல்பா விழுப்புரம் பஜார் கடைவீதியில் என்முன்பாக (251) மேற்படி தீர்மானத்தை நிறைவேற்றி குற்றவாளியை விடுதலை செய்திருககிறேன்.

இதுவிவரம் சமுகத்துககு அறிக்கையாக மனுவு செயது கொண்டேன்.

தங்கள்விதேயன்.
* * * *

1865 வருஷம், ஜூன்மாசம் 8 உ,
கல்பா விழுப்புரம்.

3. *Shed burnt.*

தென்னார்க்காடு சப மாஜிஸ்திரேட்டாகிய (இன்ன) துரையவர்கள் சமுகத்துக்கு:

கடலூர் (Cuddalore – *town of the confluence*) தாலூகா உ-வது டிவிஷன் டெபுட்டிகலெக்டர் மாஜிஸ்திரேட்டு கோவிந்தராயர் (Gōvintha Rāyar[1]) எழுதிக்கொண்ட அர்ஜி:

துக்குடி மஜ்கூரைச் சேர்ந்த திருவந்திபுரம் நாராயண படையாச்சியினுடைய கல்கட்டுக கோப்பு வீட்டின் தோட்டத்துப்பக்கத்துச்சுவரில்[2] தென்னங்கீத்தினல் (கீற்று) போட்டிருந்த ஜாகையில் நாளதுமாசம் 3 உ இராத்திரி 11 மணிக்குத்தெய்வகதியாய் தீப்பட்டு வெந்து விட்டதாயும் அதினலே மேற்படி வீட்டுக்காரனுக்கு ரூபாய் ச (4) சேதம நேரிட்டிருப்பதாயும் மேற்படி கிராமம் விலலேஜ் மாஜிஸ்திரேட்டு எழுதிய ரிபோர்ட்டும் மேற்படி நாராயண படையாச்சியினுடைய வாக்குமூலமும் இதிலடக்கம் செயது பார்வை யிடும்படி யனுப்பியிருக்கிறேன்.

மெற்படி நாராயண படையாச்சியை விசாரித்ததில் அவன் நாளதுமாசம் (௩ உ) ராத்திரிபடுத்துக் கொண்டிருக்கும் போது மேற்படி ஜாகை பற்றிக் கொண்டு எரிகிற வெளிச்சங் தெரிந்து தான் கூச்சல் போட்டதாயும் (1) அதைக்கேட்டு அக்கம் பக்கத்துச்சனஙகள் உடனேவந்து அதை அவித்துப் போட்ட தாயும் (2) மேற்படி ஜாகை மூககால் வாசி எரிந்து போய்விட்டதாயும் (3) அதினல் தனக்கு ரூபாய் (ச) பெறுமான சாமான்கள் சேதப்பட்டுப்போனதாயும் (4) மேற்படி, ஜாகை தெய்வ கதியாய்த்தீப் பட்டதே தவிர ஒருவருடைய செய்கையினல் நேரிட்டதல்ல வென்றும்

[1] An old caste title, Rāvu, Rāo, Row, Rāyar, Rāja.

[2] Observe the ellipses: words are strung together without connectives, § 50.

(5) அந்தவிஷயத்தில் தனக்கு யார்பேரிலும் சந்தேகமில்லை யென்றும் (6) சொல்லுகிறான்.

சங்கதி சித்தமறியலாவதாய் மனுவு செயது கொண்டேன்.

தங்கள்விதேயன்.

* * * *

1865 வருஷம், டிசம்பர்மாசம் 30 உ,
புதுப்பாளையம்.

4. *Torch-light Robbery.*

தென்னார்க்காடு ஜில்லா மாஜிஸ்திரேட்டாராகிய (இன்ன) துரையவர்கள் சமுகத்துக்கு:

கூடலூர் தாலுக்கா (2) வது கிளாசு சப்டிவிஷன் மாஜிஸ்திரேட்டு சேஷையங்கார் எழுதிக்கொண்ட அர்ஜி:

தக்குடி மஜ்கூர் தாக்கல் ஆடூர்குப்பம் கிராமத்தில் ராமசாமி நாயக்கன் (க) ராமலிங்க நாயக்கன் (உ) இவர்கள் வீட்டில் காளதுமாசம் 2 உ. இராத்திரி சுமார் 20 பேர் தீவட்டித்திருடர்கள் பிரவேசித்து களவு நடக்கையில் மேற்படியூர் வில்லேஜ் மாஜிஸ்திரேட்டு வகைரா சனங்கள் சேர்ந்து இரைச்சல் போட்டதின் பேரில் வீட்டுக்குளிருந்த திருடர்கள் ரூபாய் 21 „ 8 „ பெறுமான சொத்துகளை களவு செயது போனதாகவும் பின் தொடர்ந்து போனதில் திருடர்கள் அகப்படவில்லை யென்றும் மேற்படியூர் வில்லேஜ் மாஜிஸ்திரேட்டு எழுதிய ரிபோர்ட்டு காளது தேதியில் காவமே வந்து சேர்ந்தது அந்தச்சங்கதியை விசாரணை செயயுப்படி பிதிவி உடனே மேற்படியூருக்குப் போகிறேன். விசாரித்துக் கிரமப்படி நடந்து கொள்ளுகிறேன் (269) சித்தமறியலாவதாய் மனுவு செய்து கொண்டேன்.

தங்கள்விதேயன்.

* * * *

1865 வருஷம், ஜனவரிமாசம் 5 உ,
புதுப்பாளையம் (New Town, Cuddalore).

5. *Forgers and Personators committed for Trial.*

தென்னார்க்காடு ஜில்லா மாஜிஸ்திரேட்டாரவர்களாகிய (இன்ன) துரையவர்கள் சமுகத்துக்கு:

விழுப்புரம் தாலுகா முதலாவது வகுப்பு சப்டிவிஷன் மாஜிஸ்திரேட்டு ம. குழந்தைவேலு பிள்ளை (M. Kuṛanthaivēlu Piḷḷai) மிகவும் வணக்கத்துடனே சலாம் செயது எழுதிக்கொண்ட அர்ஜி பொருளென்னவென்றால்:

காளது வருஷத்திய ரிஜிஸ்தர் நமபர் 6ல் தாக்கலான குற்றவாளி ஸ்ரீ(p.16) னிவாச உடையான் (Srī-Nivāsa Uḍaiyān) அல்லது சீனப்புடையான் வகைராக்கள் பேரில் இந்தியன் பீனல் கோட் 468, 419, 114, இந்த சேக்ஷன்களின்படி மோசஞ்செயயும்- பொருட்டு ஆள்மாருட்டமாய சிருஷ்டனை (crime) செயததாகவும் உடைந்தையா யிருந்ததாகவும் குற்றம் ஸதாபகமாய் மேற்படி குற்றவாளிகள் 6 பேரையும் செஷன் கோர்ட்டார வர்களுடைய பரிசீலனைக்காக காளது தேதியில் கமிட்டு (commit) செய்தி

ருக்கிறேன். ஆகையால் அதைச் சேர்ந்த ரிஜிஸ்தர் குற்றபத்திரிகை வாசகு மூலம் வகைராக்களுக்கு நகல் தயார்செயவித்து மேற்படிகதா (12) யும் இதிலடக்கஞ் செயதனுப்பி யிருக்கிறேன் பப்ளிக்பிராசிக்யூட்டரை (Public Prosecutor) யேற்படுத்த வேண்டியதைக்குறித்துச் சமுகத்திற்கறிக்கையாக மனுவு செயது கொண்டேன்.

தங்கள்விதேயன்.

1865 வருஷம், மேமாசம் 20 உ,
கஸ்பா விழுப்புரம்.

* * * *

6. *Theft in a Choultry.*

தென்னார்க்காடு சபா மாஜிஸ்திரேட்டாராகிய (இன்னார்) துரையவர்கள் சமூகத்துக்கு:

கூடலூர் துக்குடி (2) வது வகுப்பு சபார்டினேட்டு மாஜிஸ்திரேட்டு சேவிக்தாராய் எழுதிக்கொண்ட அர்ஜி பொன்னவொனாருல:

துக்குடி மஜ்கூர் தாக்கல் அனுக்கப்பட்டியிலிருக்கும் பொன்னம்மாள் வீட்டில் சென்ற செப்டம்பர் (September) மாசம் (14 உ) சாயந்திரம் (6) மணிக்கு ரு 1 – 8 – „ பெறுமான சொத்துகள் களவு போனதாக ஜோனகன் சாவடி (Jōnagan Choultry) ஸ்டேஷன் அதிகாரி அனுப்பிய 14 நம்பர் சார்ஜ் பட்டி (charge-sheet) (க) முசலிக்கா (உ) ஆக (ங-யும்) இதிலடக்கஞ் செய்திருக்கிறேன். இதுசங்கதியும் இந்தக்களவு அவ்விடத்து விசாரணைக்குட்பட்டதா யிருக்கிறதும் தெரியலாவதாய் மனுவு செயது கொண்டேன்.

தங்கள்விதேயன்.

1865 வருஷம், அக்டோபர் மீ 8 உ.

* * * *

7. *Unclaimed Property.*

தென்னார்க்காடு சபா மாஜிஸ்திரேட்டாரவர்களாகிய மெஸ்தர் (இன்னார்) துரையவர்கள் சமூகத்துக்கு:

கூடலூர் துக்குடி (2) வது கிளாஸ் சபார்டினேட்டு மாஜிஸ்திரேட்டு சேவிக்தாராய் எழுதிக்கொண்ட அர்ஜி:

தாலூக்காவில் தாக்கலாயிருக்கிற பேவாரிசு சாமான்களுக்குப்பட்டி அனுப்பும்படியாய் லேட் (late) தாலூகா மாஜிஸ்திரேட்டு பேரால் சமுகத்திலிருந்து வந்திருந்த உத்தரவு ரிகார்ட்டிலிருந்ததைப் பார்வை யிட்டுக் கொண்டேன்.

சென்ற 1864 ஷுத்தில் பேவாரிசாய்த் தாலூக்காவில் தாக்கலாயிருக்கிற சொத்துகளை உடையவர்கள் ஆஜராய்ப்பெற்றுக்கொள்ள வேண்டியது என்று இஸ்தியார் பிறப்பித்திருக்கிற விபரங்கண்டிருக்கிற பட்டி ஒன்று இத்துடன் அனுப்பியிருக்கிறேன்; மற்றசாமான்களுக்கு பட்டி தயாராகிக்கொண்டு வருவதை அப்போதைக்கப்போது உத்தரவுபடிக்கு

அனுப்பிக்கொண்டு வருகிறேன் (২৩). இது விவரம் தெரியலாவதாய்[1] மனுவு செய்து கொண்டேன்.

தங்கள்விதேயன்.

* * * *

1865 ஞு ஜனவரி மீ 31 உ,
புதுப்பாளயம்.

8. *Death of the Ghōsāyi.*

தென்னாற்காடு சபா டிஸ்திரிக்டு மாஜிஸ்திரேட்டாரவர்கள் (இன்ன) துரையவர்கள் சமுகத்துக்கு.

கூடலூர் தக்குடி (2) வது இலாகா சபார்டிநேட்டு மாஜிஸ்திரேட்டு கோவிந்தராயர் (Gōvintha Rāyar) எழுதிக்கொண்ட அர்ஜி யென்ன வென்றால்:

தக்குடி மஜ்கூர் தாக்கல் திருப்பாப்புலி (Tiru-pāpuli) யூர் சர்க்கார் தர்ம சத்திரத்திற்கெதிரில் தென்னமரத்தின் சமீபத்தில் 40 வயதுள்ள கோஸாய் ஜாதி யொருவன் செத்துக்கிடந்த விஷயத்தைப் பற்றி வில்லேஜ் மாஜிஸ்திரேட்டு வகைரா விசாரித்து அனுப்பிய தஸ்தாவேஜுகளான வில்லேஜ் மாஜிஸ்திரேட்டு ரிபோர்ட்டு (1) ஸ்டேஷன் 41 நம்பர் அறிக்கை (1) மஹஜர் (1); இம்மூன்றுங் கதாவும் இதிலடக்கஞ்செய்திருக்கிறேன்.

அதுகளினாலே அந்த கோஸாய். 2. தினமாய் வயிற்றுக்கடுப்பு வியாதியினால் உபத்திரவப்பட்டு நாளது 19 உ உதயத்திற்குத்தெய்வ கதியாய் இறந்து போய்விட்டதாயும் பிரேதத்தின் பேரில் அடிதழும்பு முதலான குறிகளில்லை யென்றுந் தெரியவருகிறது. அவனிடத்தில் அகப்பட்ட சொத்துகளென்ன வென்றால்:

R.	A.	P.		
"	4	"	பெறுமான வடக்கத்திய பித்தளை செம்பு	1
"	"	3	பெறுமான இருப்பு ஓட்டை தட்டு	1
"	"	1	பெறுமான சணற்புரி தாம்புகயறு	1

இந்தச் சொத்துகளை வாரிஸ்தாரில்லாத்தினாலே பேவார்ஸ் தாக்கல் செய்திருக்கிறேன்.

தங்கள்விதேயன்.

* * * *

1865 ஞு ஜுன் மாசம் 22 உ,
முகாம் குடிக்காடு (Kuḍikkāḍu).

9. *Asks for a Frank to an Official Letter.*

ஆற்காடு தென்கண்டம் (South Arcot) ஜில்லா கலெக்டர் அவர்களவர்கள் (இன்ன) துரை யவர்கள் சமுகத்துக்கு:

எலவானாசூர் தக்குடி தாசில்தார் அப்பாசாமி முதலியார் எழுதிக்கொண்ட அர்ஜி.

மதராசு பிரெசிடென்சி யினாம் கமீஷனர் (Inām Commissioner) டப்ளியூ. டி. ப்ளேர் (W. D. Blair) துரையவர்களுக்கு எழுதிக்கொண்ட அர்ஜி அடக்கஞ் செய்த லிபாபா (க) இத்துடன் அனுப்பி யிருக்கிறேன்.

[1] 'In order that it may be clear': தெரியல ஆவது ஆக (148, 140).

அந்தவிபாபாவின் பேரில் சயனுய் (sign) த்தபாவில் அனுப்பிவிக்க உத்திர வாக வேண்டி யிருக்கிறது. இந்தச்சங்கதி சித்தமறியலாவதாய்[1] மனுவு செய்து கொண்டேன்.

தங்கள்விதேயன்.

1865 ஆம் ஜூலை மாசம் 19 உ
எலவானூர்.

* * * *

10. *Four Annā Bhatta collected and sent.*

தென்னாற்காடு சப கலெக்டராகிய ஜெ. டப்ளியு ரீட்துரை யவர்கள் சமுகத்துக்கு :

[From Tirumalāçāriyār, acting Tahsildār of Cuddalore.]

கடலூர் தக்குடி ஆக்டிங் தாசில்தார் திருமலாசாரியார் எழுதிக்கொண்ட அர்ஜி :

காளது மாசம் 24 உ சமுகத்திலிருந்து சாதரான[2] 375 நமபர் உத்திரவு பிரகாரம் கடலூர் கோவிந்த ராஜ பிள்ளையிடத்தில் வசூலான படிப்பணம் அணு நாலையும் இத்துடன் ஜவான் கோவிந்த நாயக்கன் வசமாய் அனுபபி யிருக்கிற சங்கதி மனுவு செய்து கொண்டேன்.

தங்கள்விதேயன்.

1865 ஆம் நவம்பர் மீ 25 உ
புதுப்பாளையம்.

* * * *

11. *A Writer appointed.*

தென்னாற்காடு ஜில்லா கலெக்டர் மோஹதர் ஜெ. டப்ளியு ரீட்துரை யவர்கள் சமுகத்துக்கு :

கடலூர் தாலூகா ஆக்டிங் தாசில்தார் திருமலாசாரியார் எழுதிக்கொண்ட அர்ஜி :

காளது மீ முதல் உ 315 நமபரில் சமுகத்தில் பிறந்த உத்தரவின் கடைசி பாகத்தில் ஆக்கியாபித்திருக்கிற பிரகாரம் காயிலாவினுல் ஆறு மாச காலத்திற்கு ரஜா பெற்றிருக்கிற தக்குடி மஜ்கூரிலாகா கீழ்அருங்குணம் கிராமத்திய மணியம் வைத்திலிங்கா (Vaitliliṅgā) ரெட்டிககு பதிலாக உமேதுவார் திருப்பாப்புலியூர் சாம்பசிவய்யன் (Çāmba-çivayyan) என் பவனை காளது மாசம் 10 உ முதல் சர்க்கார் தரபில்[3] மணியம் குமஸ்தா வாக ஏற்படுத்தி வேலை வாங்கி வருகிறேன். இதுசங்கதி விசிதமாக மனுவு செய்து கொண்டேன்.

தங்கள்விதேயன்.

* * * *

12. *Complaint of Delay.*

ஆற்காடு சப தென்பிரிவு சிவமையின் (சீமை) மாஜிஸ்திரேட்டாராகிய ஜார்ஜ் பான்பரி துரையவர்கள் சமுகத்துக்கு :

திருவதி தக்குடி (2) வது கிளாஸ் சப்மாஜிஸ்தரேட்டு சாமயமூர்த்தி ஐயர் எழுதிக்கொண்ட அர்ஜி பெட்டிஷனென்றுல் :

பிற்கா (பிர்கா) மஜ்கூரைச் சேர்ந்த பண்ணுருட்டியிலிருக்கும் அங்கமுத்து கவுண்டன் கொடுத்த பிட்டீஷன் பேரில் சுருக்கமாய் ரிபோர்ட்டு செய்யும்படி

[1] 'As a thing which shall be known to (your) mind.'
[2] *சாதரான* is often written wrongly for *சாதாரண*. See *Lex.*
[3] *தரபு* = *list, roll.*

நாளது ௴ 16 ௳ யில் 146 நமபரில் பிறந்த இண்டார்சு (endorsement) உத்திரவு வந்து சேர்ந்தது.

பிட்டீஷனில் சொல்லியபடி கேசை விசாரணை செய்து 15 நாள் வரையில் யாதொருமுடிவுஞ் செய்யாமலிருக்கவில்லை. அப்படி சொல்லுவது சுத்த பொய்.

மேற்படி கிராமத்தில் தைக்கா (dyke) வுக்கு ஜாரி (சாரி) யாயிருக்கிற மானியநிலங்களில் சிலநிலத்தை மேற்படி கிராமத்திலிருககும் குட்டைய கவுண்டனென்பவன் கவுல் பெற்று அனுபவித்து வந்திருக்க, இந்தநிலத்தை பிட்டீஷன்தார் வகைரா சில பேர் துராக்கிரதமாய் சாகுபடி செயததாக என்னிடத்தில் பிராது வந்தது. அந்தக் கேசு விசாரணையாய் நாளது ௴ 14 ௳ யுடன் முடிவாகி குற்றவாளிகள் பேரில் குற்றம் ஸ்தாபிதம் ஆச்சுது. என் அபிப்பிராயப்படி அந்த கேசை மேல் கோர்ட்டுக்கு ரிபர் (refer) செய்வதற்கு சில அவசியமான தகரார்களை விசாரணை செய்யும்படியாய் கசபாவுக்கு 10 மயில் தூரத்திலுள்ள எய்த்தூர் கிராமத்துக்குப் போயிருந்து நேற்றையதினந்தான் திரும்பிவந்தபடியினலே தடங்கலாச்சுது. இப்போது சீக்கிரத்தில் ரெகார்டுகளைச் சேர்ப்பித்தி மேல் கோர்ட்டுக்கு ரிபர் செய்யப் போகிறேன். இந்தச் சங்கதி தங்கள் சித்தமறியலாவதா யெழுதிக் கொண்டேன். அசல் பிட்டீஷனை யிதிலடக்கஞ் செய்திருக்கிறேன்.

தங்கள்விதேயன்.

1865 ௵ ஆகஸ்டு ௴ 19 ௳. * * * *

13. *Currency Notes required.*

தென்னூற்காடு ஜில்லா கலெக்டராகிய (இன்ன) துரையவர்கள் சமுகத்துக்கு:

விழுப்புரம் தக்குடி தாசில்தார் ம. கும்பகோணவேலுபிள்ளை எழுதிக்கொண்ட அர்ஜி யென்னவென்றால்:

பேபர்-கரன்சி-நோட்டுகள் (paper-currency-notes) விற்பனைக்காகத் தேவையானதற்கு பட்டியாடனே நாளது ௴ 18 ௳ 11 நமபரில் சமுகத்துக்கு மனுவு செயது கொண்டிருக்கிறேன்.

அந்த பட்டியில் கண்டிருக்கிற படிக்கு நோட்டுகளை இந்த அர்ஜியுடன் வருகிற ஜவான் சையது-உசேன் (Saiyud-Husain) வசமாய் அனுப்ப உத்தரவாக வேண்டிய சங்கதி மனுவு செயது கொண்டேன்.

தங்கள்விதேயன்.

1865 ௵ ஜுலை ௴ ௨௨ ௳, * * * *

கசபா . . . . . .

14. *Licenses to Arrack and Toddy Sellers.*

தென்னூற்காடு ஜில்லா கலெக்டராகிய மெஸ்தர் ஜார்ஜ் பான்புரி (George Banbury) துரையவர்கள் சமுகத்துக்கு :

திருவண்ணாமலை தாலூகா தாசில்தார் தி (சி, S. ÇRĪ) சீனிவாசையங்கார் 1865 ௵ அக்டோபர் ௴ 11 ௳ கலையிலிருந்தெழுதிக்கொண்ட அர்ஜி :

காளது ௴ கூ ௳ 47 நமபர் சாதாரான உத்தரவுபடிக்கு கலால் சேந்தி இஜாராதார் கடைக்காரர்களுடைய பேர் கண்டு அருகில் கொடுத்த ஜாபிதாவில் கண்ட மேரைக்கு இடம்பேர் இதுகளை அந்தந்த நமபர் முச்சிலிக்காக்களின் அடியில் சரியா யெழுதி அவர்களுடைய கையெழுத்தும் வாங்கி லைசென்சுகளை பட்டுவாடா செய்திருக்கிறேன். இன்னம் பாக்கியிருக்கும் இரண்டு முச்சிலிக்காக்களிலும் கடைக்காரர்களிடத்தில் கையெழுத்து வாங்கி அதையும் மேற்படி கடைக்காரர்களிடத்தி லிருக்கிற லைசென்சுகளையும் ஒரு ரூபாய் கிரயமுள்ள காகிதத்தில் வாங்கின முச்சிலிக்காக்களையும் கூடிய சீக்கிரத்தில் சமுகத்துக்கு ரவானா செய்கிறேன். இதுசங்கதி சித்தமறியலாவதாய் மனுவு செயது கொண்டேன். முன்கிடைத்த லைசென்சுகள் பட்வாடாவாய்விட்டது. அசல் உடன்படிக்கைகளையும் பின்னால் அனுப்புகிறேன்.

தஙகள்விதேயன்..

* * * *

15. *Two Robberies.*

தென்னூற்காடு ஜில்லா ஆக்டிங் மாஜிஸ்திரேட்டாகிய மெஸ்தர் ஜார்ஜ் பான்புரி துரையவர்கள் சமுகத்துக்கு :

விழுப்புரம் தாலூகா இன்சார்ஜ் (in charge) 2 வது கிளாஸ் சப்டிவிஷன் மாஜிஸ்திரேட்டு சந்திரசேகரராவ் எழுதிக்கொண்ட அர்ஜி :

நாளது ௴ 18 ௳ ராத்திரி சுமார். 12 மணிக்கு முகையூர் ஸ்டேஷனைச் சேர்ந்த வடகரை தாயனூர் கழனி வெளியில் கிடையண்டையிலிருந்த வாதி இடைய வெங்கடாசலபிள்ளை மகன் முத்துசாமி வகைராக்களை சுமார் ௬ பேர் திருடர்வந்து அடித்து அவர்களிடத்திலிருந்த ரூ 6.. 4.. 4 பெறுமான வஸ்திர வகையரா சொத்துக்களைக் கொள்ளை யடித்துக் கொண்டு போனார்களென்றும், அதேகாலத்தில் திருமலப்பட்டுக் கிராமத்தில் ஆட்டுக்கிடையில் படுத்திருந்த முத்தியாலுகான் வகைராக்களை சுமார் 4, 5, பேர்திருடர்கள் வந்தடியினால் அடித்து காயப்படுத்தினார்களென்றும் மேற்படி இரண்டு கிராமங்களின் வில்லேஜ் மாஜிஸ்திரேட்டுகளின் ரிபோர்ட்டுகளின்பேரில் ஸ்டேஷன் அதிகாரி இன்றையதினம் தயார் செயது அனுப்பிய 19 ௳ யுள்ள 26 நமபர் அறிக்கை சார்ஜியினால் (charge-list) தெரிய வருகிற சங்கதி சமுகத்துக்கு அறிக்கையாக மனுவு செயது கொண்டேன்.

தங்கள்விதேயன்.

* * * *

கேம்பு விழுப்புரம் . . . .

16. *Robbery of Government Money.*

தென்னாற்காடு சப் மாஜிஸ்திரேட்டாரவர்கள் (இன்ன) துரையவர்கள் சமூகத்துக்கு:

கூடலூர் தக்குடி ஆக்ட்டிங் (2) வது மொச சப்டிவேட்டு மாஜிஸ்திரேட்டு திருமலாசாரியார் எழுதிக்கொண்ட அர்ஜி:

தக்குடி[1] மஜ்கூர்[2] தாக்கல்[3] இரண்[4]டாயிர[5] வளாகம்[6] மணியம்[7] குமஸ்தா[8] வரதா[9] ரெட்டி[10] யென்பவன்[11] * இந்தமாசத்து கிஸ்துக்கு மேற்படி கிராமத்தில் தான்வசூல் செய்த ரூபாய். 61 – ॥ – ॥ வெள்ளைத்துணியில் முடிந்து தோளில் போட்டுக் கொண்டு சாயந்திரம்-ரு மணிக்கு பிராஞ்சு (French) எல்லையில் சேர்ந்த நருவினந்தம் கிராமத்தண்டைவரும் போது அந்தவூர் அழகப்ப கவுண்டன் என்பவன் முடிச்சுடன் பணத்தையும் செகப்பு குட்டையையும் பிடுங்கிக்கொண்டு போனதாயும், அந்தக்குற்றவாளியைத் தடயத்துடன் பிடித்து அந்த இலாகா சவுக்தார் தலையாரி இவர்கள்வசம் செய்திருக்கிறதாயும் நாளது மீ 27 உ யாகிய நேற்று சாயந்திரம் 6 மணிக்கு கசுபாவில் என்னிடத்தில் ஆஜாரய்சசோலலிக் கொண்டான்.

அந்த விஷயத்தைப்பற்றி அவனிடத்தில் வாஙகின வாக்குமூலத்துக்கு நகலொனறை இதில் அடக்கஞ்செயது தங்கள் பார்வைக்கு அனுப்பியிருக்கிறேன்.

மணியம் குமஸ்தா சொல்வது வாஸ்தவமாயிருக்கும் பட்சத்தில் தடயத்துடன் குற்றவாளியை தகுந்த பந்தோபஸ்தாய் வைக்கும்படி பாகூர் தாசில்தார் வகையராக்களுக்கு யாதாஸ்து அனுப்பி ரேவினியூ இன்ஸ்பெக்டர் அண்ணாஜீ ராவையும் உடனே யனுப்பியிருந்தேன்.

மேற்படி ரெவினியூ இன்ஸ்பெக்ட்டர் வகைராக்கள் விசாரித்ததில் பிராந்சு இலாகா கிராமங்களில் குற்றவாளி யகப்படவில்லை யென்றும், இங்கிலீஷ் இலாகாவிலிருக்கிற மேற்படி இரண்டாயிரவளாகம் என்கிற கிராமததில் நேறறு ராததிரி (7) மணிக்கு மேற்படி குற்றவாளி தடயத்துடன் அகப்பட்டு அந்த வில்லேஜ் மாஜிஸ்திரேட்டு அவ்விடத்தில் அவனைப் பந்தோபஸ்து செய்திருந்தானென்றும் அவர்களுக்குத் தெரியவந்ததாக எனக்கு அறிககை செய்து இன்றையதினம் என்முன்பாக காலமே (11) மணிக்கு மேறபடி நபரை ஆசர்படுத்தி யிருக்கிறார்கள். அந்த சங்கதியைக் குறித்து வி ரித்துக் கொண்டிருக்கிறேன்.

தங்கள்விதேயன்.

* * * *

1865 ஞு, நவம்பர் மீ 28 உ,
புதுப்பாளையம்.

* These eleven words are the subject to வரும் போது. Read backwards, and supply ellipses.

17. *Brāhman found Dead.*

திருச்சிறாப்பள்ளி ஜில்லா ஹெட் அஸிஸ்டாண்டு மாஜிஸ்திரேட் ஊ. நெஸ்பெட்துரையவர்கள் சமுகத்துக்கு:

[To Wa(lter) Nesbit, Esq., Head Assistant Magistrate, Trichinopoly District.]

டௌன் சப் மாஜிஸ்திரேட் சேதுராவு யவர்களால் எழுதிக்கொண்ட அர்ஜி:

[From Çēthu Rāo, Town-sub-magistrate.]

கம்பர்சம் பேட்டை கிராம எல்லையில் கருவூர் (Karuvūr) ரஸ்தாவுக்குத் தென்புறத்திலிருக்கிற வாய்க்காலில்[1] பேர் ஊர் தெரியாத ஒருபிராமணன் இறந்து கிடந்ததாயும், அவன் பேரில் காயக்குறிகள் ஒன்றுமில்லையென்றும், அவனுக்கு சுமார் 50 வயதுண்டென்றும், அவனுக்கு பாத்தியஸ்தர்களில்லாமையினாலே தானும் வில்லேஜ் இன்ஸ்பெகட்டரும் மாஜர்வாங்கிக்கொண்டு அடக்கம் செய்து விட்டதாயும், ௧௮௬௦ (ஸ்) டிசம்பர் மீ, ௩௦ ௨ கிராம முன்சிபு ரிபோர்ட்டு செய்திருக்கிறான்.

மேற்படி பிரேதத்தைக்குறித்து டிமுன்சிபு[2]தாரனை சில சவால் கேட்டதின் பேரில் ௩-து (p. 14, நாளது) மீ முதல் தேதியில், ௨-வது ரிபோர்ட்டு அனுப்பியிருக்கிறான்.

மேற்படி ரிபோர்ட்டுகள் (௨) மாஜர் (௧) ஆக (௩-ம்) இதிலடக்கமாய் சமுகத்துப் பார்வைக்கு அனுப்பியிருக்கிறேன்.

மேற்படி பிராமணன் எதோ சிலகாரியங்களுக்கு மேற்படி வாய்க்காலின் தண்ணியிலிறங்கி தவறி விழுந்திறந்து போய்விட்டதாகவும்[3] அவன் மேல் துன்பக்குறிகளில்லாததினால் தெய்வ கதியாய் இறந்து விட்டதாகவும் நினைக்கப்படுகிற சங்கதி சித்தமறியலாவதாய் மனுவு செய்து கொண்டேன்.

* * * *

18. *The Little Tank or Pool stops the way!*

மதுரை ஜில்லா ஆ. கலெக்டராவர்களாகிய ஜி. பான்புரி துரையவர்கள் சமுகத்துக்கு:

திருவரூர் தாலூகா தாசில்தார் நஸிமுத்தீன் சாய்பு (Nazim-ud-din Sāhib) எழுதிக்கொண்ட அர்ஜி:

தொழூர் கிராமத்தில் அருணாசல பிள்ளையென்பவன் செய்த தர்காஸ்தில் சேர்ந்த 470 நம்பர்[4] ௳-4-0 காணி பைமாயிஷ் கணக்கில் குட்டையென்று தாக்கலாயிருப்பதினாலே அந்தக்குட்டையைப்பார்த்து அதை தர்காஸ்துதாரனுக்குக் கொடுப்பதில் உண்டான சாதக பாதகங்களைக் கண்டு ரிபோர்ட்டு செய்கிறதென்று[5] பிப்ரவரி மீ ௨ ௨. ஆக்கியாபித்த. 52 நம்பர் இனயத்துநாமா சேர்ந்து அறிந்து கொண்டேன்.

அந்தக்குட்டையை நான் பார்த்தேன் அது பாய்ச்சலுக்காவது மற்றொரு வித பிரயோஜனத்துக்காவது உபயோகப்படத்தக்கதாக இருக்கவில்லை;

[1] Observe the ambiguity.

[2] [illegible] redundant.

[3] Note the accumulation of verbs.

[4] i. e. four annās, used for $\frac{1}{4}$.

[5] [illegible] is implied.

தர்காஸ்து தாரனுக்கு சாகுபடிக்குக் கொடுக்கலா மென்றே தோணுகிறது; இதை அந்த கிராமபட்டா பட்வாடாவாகும் போதேதுரைகள் சமுகத்தில் மனுவுசெய்து கொண்டிருக்கிறேன்; மேற்படி கிராமத்தின் மற்ற தகராரெல் லாம் பைசலாய் விட்டது; பிரஸ்தாப குட்டை விஷய மாய்த்துரைகளு டைய முடிவான உத்திரவு ஒன்றும் கிடைக்கவில்லை; இந்த குட்டையைச் சேர்த்துக் கொடுத்தால் அதற்கும் மற்ற நிலங்களுக்கும் ந-து, பசலிக்கே தீர்வை கட்டுவதாக தர்காஸ்துதாரன் முன் கரார் நாமா கொடுத்து அதை 37 நமபர் அர்ஜியுடன் சமுகத்திற்கனுப்பியிருக்கிறேன்; அந்த மோத்தம் மேற் கண்ட காரணத்துனாலே ந-து பசலி பேரீஜில் மாத்திரம் இன்னம சேர்க் கப்பட வில்லை. ஆகையால் மனுவு செய்து கொண்டேன்.

தங்கள்விதேயன்.

1864 ஞு மார்ச்சி மீ 22 உ,
கல்பா.
[செ. சுப்பராயர் குமாஸ்தா.]

* * * *

19. *Who is to be Village Inspector?*

சேலம் ஜில்லா கலெக்டரவர்களாகிய ஆனரேபில், டி. ஆர்பத்னட் (Honourable D. Arbuthnot) துரையவர்கள் சமுகத்துக்கு:

ஆத்தூர் தாலூகா தாசில்தார் தியாகராய பிள்ளை (Tyāg-rāya Pillai) யெழுதிக்கொண்ட அர்ஜி:

ஆத்தூர் கிராம கங்காணி[1] நேமக (நியமகம, நியமம) விஷயத்தில் எல்லா வாரிசுதாரர் (candidates) களையும் விசாரித்து அறிவிக்கும்படி சாத ரான சமுகத்தின் 150 நம்பர் உத்தரவு சேர்ந்து சங்கதி அறியலானேன்.

ஆத்தூர் கங்காணி இறந்து போனவனிட (for உடைய) வாரிசு தாரர்களை விசாரித்ததில் இறந்தவனிட மூத்தமகனான அங்கன் என்பவன் இப்புறம் கூட மலை யென்கிற கிராமத்துக்குக்குடிபோய் விட்ட தாகவும், 2-வது மகனான குப்பன் என்பவன் முன் தான் கங்காணிவேலை பார்ப்பதாகச்சொல்லி ஒப்புக்கொண்டிருந்தாலும் இப்புறம் தன்தமையன் வேறே கிராமத்துக் குக்குடிபோய்விட்டபடியால் தான் சொந்த விவசாயமுதலான வேலை களைப் பார்க்கவேணு மென்றும், அதனால் தனக்கு கங்காணிவேலை வேண் டியதில்லை யென்றும் வாக்குமூலம் கொடுத்திருக்கிறான்.

வேறே யொருவனை கங்காணிவேலைக்கு நேமிக்க யாரும் அகப்பட வில்லை தலாஷ் செய்து கொண்டி ருக்கிறேன் ஏர்ப்பட்டவுடனே அறிக்கை செய்து கொள்ளுகிறேன். உத்தரவுடன் வந்த தஸ்தாவேசுகள் 2 வாரசு தார் குப்பன் வாக்குமூலம் 1 ஆககதா 3 ம் இதிலடக்கம் செய்திருக் கிறேன்.

தங்கள் விதேயன்.

1865 ஞு ஆகஸ்டு மீ ;

* * * *

[1] For கங்காணி.

20. *Sum wrongly entered in Account.*

சேலஞ் ஜில்லா கலெக்டரவர்களாகிய பி. டி. ஆர்பதனட் துரையவர்கள் சமுகத்துக்கு:
திருப்பணமிர்தாபுரம் தாசில்தார் சேஷகிரிராவு எழுதிக்கொண்ட அர்ஜி:

துக்குடி மஜ்கூர் கதரிபுரம் கிராமத்துய பாக்கிதார் கிருஷ்ணய்யன் கடந்த 73 ம் பசலிபாக்கி செல்லு[1]ாகாம விருக்க டி பாக்கிதாரன் 74 ம் பசலியில் செலுத்திய தொகையை 73 ம் பசலி பாக்கிக்காக செலலு வைத்துக்கொள் ளாமல் 74 ம் பசலிக்காக வரவு வைத்துக்கொண்ட வகையில் டி கிராம கணக்கு கரைதார்களை விசாரித்து அறிவிக்க வேணும் என்று ௩-து ஞீ 4 உ யின் 71 நமபர் உத்தரவின் (2) வது பாராவில் கண்டிருப் பதைக்குறித்து டி-யார்களை விசாரித்து வாங்கிய கதரிபுரம கிராம கணக்கு குமஸ்தா சுப்பராவிட வாக்கு மூலம் (1) டி கிராம கரைதார் குமஸ்தா அப்புருவினிட (உட or இட = உடைய, 248) வாக்குமூலம் (1): ஆககதா 2 ம் இதிலடக்கஞ் செய்திருக்கிறேன்.

அதுகளால் மேற்கண்ட கிருஷ்ணய்யன் என்பவன் தனக்குச்சேரவேண் டியதுகை தாலூகாவிலிருந்ததாயும் அதை 73 ம் பசலிபாக்கிக்காக முஜரா வைக்கப்பட்டிருப்பதாயும் டி கிராம கணக்கு கரைதார்களிடம் சொன்னது நிஜமா யிருக்கு மென்று அவாள் (for அவர்கள்) நம்பி, 74 ம் பசலிக்கு வரவு வைத்துக் கொண்டதாகக் காணவரும் (= *appears evident*) சங்கதி மனுக் கொண்டேன்.

தங்கள்விதேயன்.

25. 11. 65. * * * *

21. *Stamp-vendor's Leave.*

சேலஞ் ஜில்லா கலெக்டரவர்களாகிய மெஸ்தர் ஆனரேபில் டேவிட் ஆர்பதனட் துரையவர்கள் சமுகத்துக்கு:

திருச்செங்கோடுதுக்குடி தாசில்தார் மே ஜே. டி. மானுவெல் (J. D. Manuel) எழுதிக்கொண்ட அர்ஜி:

துக்குடி மஜ்கூர் ஸ்ட்டாம்பு வெண்டர் (stamp-vendor) அர்த்தநாரி செட்டி (Artanāri Cheṭṭi) யென்பவன் அவனுடைய சொந்த வேலையாய் சேலம் முதலான இடங்களுக்குப் போய் வரவேண்டிய அவசரத்தைப்பற்றி தன்னு டைய ஜவாபுதாரியின் (surety) பேரில் நாளது உ முதல் தன்னிலாகாதார ஞன நரசிம்மசெட்டி என்பவனே பதிலாய் நேமித்துக்கொண்டு ஒருமா சத்திய ரஜாகொடுக்கவேணுமாய் என்னிடம் விண்ணப்பம் தாக்கல் செய்திருப்ப தாலும் ரஜா அவசியமென்று கேட்டுக்கொண்டதாலும் அவனுடைய ஜவா புதாரியின் பேரில் தானே தகுந்தவனும் லாய்க்குள்ளவனு மாயிருக்கிற டி பதிலிக்காரனே (see பதில் = *substitute*) ௩-து உ முதல் வேலைபார்த்து வரும்படி யாய் உத்தரவு செய்து ஆசாமிதாரனும் ரஜா உபயோகித்துக் கொண்டிருக்கிற

[1] செல்லு used for *receipt*.

சங்கதி சித்தமறியலாவதாய் அறிக்கை செய்து கொண்டிருக்கிறேன். டி விண்ணப்பமும் இதிலடங்கி யிருக்கிறது. உத்தரவாகிறபடி நடந்து கொள்ளுகிறேன்.

தங்கள்விதேயன்.

* * * *

1865 ஞ டிசம்பர் மீ கஅ உ,
ஜே. டி. மாணவெல்.

22. *Extension of Leave.*

மதிராஸ் ஜில்லா ஆ. கலெக்டராவர்களாகிய ஜார்ஜ் பான்புரி துரையவர்கள் சமூகத்துக்கு:

திருவள்ளூர் தாலூகா தாசில்தார் மஜீம் உத்தீன் சாயபு எழுதிக்கொண்ட அர்ஜி:

தாலூக் மஜ்கூர் எட் குமாஸ்தா சீனிவாசராவு முன் ரஜாவுக்கு மேல் இன்னம் 2 மீத்துக்கு ரஜா கொடுக்கவேணு மென்று எழுதிக்கொண்ட அர்ஜியை அனுப்பி அவர்கேட்டுக் கொள்ளுகிற பிரகாரம் செலவு கொடுக்கலாமாவென்பதைக் குறித்து ரிபோர்ட்டு செய்கிற (செய்யவேண்டும் என்று) தென்றுதுரைகள் ஆக்கியாபித்த [1] 5 நம்பர் இறுயத்துநாமா சேர்ந்தது.

துரைகள் ராவு மஜ்கூருக்குச் செலவுகொடுக்கிற பட்சத்தில் எனக்கு ஆட்சேபம் ஒன்றுமில்லை பதிலிக்காரனால் வேலை சரியாய் நடந்து வருகிறது; ஆகையால் சங்கதி மனுவுசெய்துகொண்டதுமல்லாமல் அவன் எழுதிகொண்ட இறுயத்துநாமா[2]வுடன் வாபஸ்வந்த அர்ஜியையும் இதில் வைத்து இருக்கிறேன்.

தங்கள்விதேயன்.

* * * *

1864 ஞ ஜனவரி மீ 15 உ,
திருவள்ளூர்.

23. *Land asked for, and now not wanted.*

மதிராஸ் ஜில்லா ஆ. (Acting) கலெக்டராவர்களாகிய ஜார்ஜ் பான்புரி துரையவர்கள் சமுகத்துக்கு:

திருவள்ளூர் தாலூகா தாசில்தார் மஜீமுத்தீன் சாயபு எழுதிக்கொண்ட அர்ஜி:

இக்காடு கிராமத்தில் தலக்கஞ்சேரியிலிருக்கும் முனிசாமி எ சில்லரை காணிக்கு (⅟ Kāṇis, and odd) நவம்பர் மீ 21 உ தர்காஸ்து கொடுத்த மாத்திரத்தில் நிலஸ்திதிபார்க்கும் படி இன்ஸ்பெக்டருக்கு யாதாஸ்து அனுப்பிக் கிராமத்துக்கு நோட்டீசும் சர்வு செய்வித்திருக்க (after notice had been served). அந்த நிலம் தனக்கு அகத்தியமில்லை யென்று டிசம்பர் மீ 14 உ யில் தர்காஸ்துதாரன் மறுபடி ஆஜராய் மனுவர்ஜி கொடுத்திருக்கிறான்.

இதே நிலததை இதற்குமுன் தர்காஸ்து செய்து பின்பு வேண்டாமென்று ராஜிநாமாகொடுத்த துரைகளுக்குத்தெரியப்படுத்தி உத்தரவுபிரகாரம் பஞ்

[1] For ஆஞ்ஞாபி 'order.' [2] = an order; deed of gift.

விலிருந்து (file) அந்தக்கேசையும் எடுத்துப்போட்டிருப்பதினலே அதே நிலததைப்பற்றி வந்த இந்தகேசையும் பயலிலிருந்து எடுத்துப் போட்டிருக்கிறேன். சங்கதிவிசிதமாகும் பொருட்டு முனிசாமி தர்காஸ்து அர்ஜி (1) ராஜிஞமா (1) இன்ஸ்பெக்ட்டர் யாதாஸ்து (1) நோட்டீசு (1) ஆககதா (4) இத்துடன் சமுகத்துக்கு அனுப்பியிருக்கிறேன்.

தங்கள்விதேயன்.

* * * *

1864 ஆ ஜனவரி மீ 9 உ,
திருவள்ளூர்.

மூர்த்தியஞ்செய அய்யர், குமஸ்தா.

24. *Gravel-diggers.*

மதிராஸ் ஜில்லா. ஆ. கலெக்டர் மாஜிஸ்திரேட் ஜார்ஜ் பான்புரி துரையவர்கள் சமூகத்துக்கு:
திருவள்ளூர் தாலுகா தாசில்தார் ஏஜிமூர்த்தின் சார்பு எழுதிக்கொண்ட அர்ஜி:

கிரேவல் (gravel) ஜல்லி (= சல்லி) வெட்டுகிறவர்கள் எந்த இடத்தில் வெட்டப்போகிறார்களோ அதுசங்கதியும் அதற்கெவ்வளவு வரி கொடுப்பார்களோ அதுசங்கதியும் கண்டு ஒருதர்காஸ்து காவந்தவர்களுக்கு[1] அனுப்ப வேணுமென்றும் துரைகள் உத்திரவு அன்றி யாரும் ஜல்லிவெட்டக்கூடாதென்றும் பினனும் சில விவரங்கண்டு நவம்பர் மீ 28 உ ஜில்லா கேஜட்டில் (Gazette) பிரசுரம் (notice) செய்து இருப்பதையாவரும் அறியும் படி பயிரங்கப்படுத்தி யாரார் எந்தெந்த இடங்களில் ஜல்லி வெட்டிக்கொண்டிருக்கிறார்களோ அதுவிவரங்களேயும் அறிவிக்கும்படி இன்ஸ்பெக்ட்டர் (Inspector) வ(கைரா) ஜில்லாதார்களுக்கு சர்க்கியுலர் உத்திரவுகள் அனுப்பினேன்.

ரெயில்வே (Railway) சப்ளேக்காகவும் (Supply) கடப்பை (Cuddappa) ரோட்டு சப்ளேக்காகவும் சில கந்திராக்ட்டுதாரர்கள் (Contractors) புறம்போக்கு நிலங்களில் கிரேவெல் வெட்டி வருவதாகத்தெரிகிறது.

இது விஷயத்தில் கந்திராக்ட்டுதாரர்கள் அல்லது இதாள்[2] யாருடைய தர்காஸ்தும் என்னிடத்திற்கு வரவில்லை.

சாகுபடிக்கு உபயோகமற்றதாயிருக்கிற புறம்போக்கு நிலங்களில் உண்டாயிருக்கிற ஜல்லிகளே தர்காஸ்து அன்றியில் மேற்கண்ட கந்திராக்ட்டுதாரர்கள் வெட்டுவதை தடை செய்யலாமா அல்லது கூடாதா அதுவிஷயம் சம்சயமாயிருப்பதினலே, இதைக்குறித்து நடத்தவேண்டியதற்கு முடிவான கட்டளை அனுப்பப்பிரார்த்திக்கிறேன்.

தங்கள்விதேயன்.

* * * *

1864 ஆ ஜனவரி மீ 8 உ,
திருவள்ளூர்.

மூர்த்தியஞ்செய ஐயர். குமஸ்தா.

[1] = T. ஆண்டவர்

[2] Vulg. for மற்றவர்கள். S. YATRA.

25. *Officials delayed.*

மதிராஸ் ஜில்லா ஆ. சவெகட்டராவ்களாகிய ஜார்ஜ் பான்புரி துரையவர்கள் சமுகத்துக்கு :

திருவள்ளூர் தாலூகா தாசில்தார் சஜீம் உத்தீன் சாயபு எழுதிக்கொண்ட அர்ஜி :

அடங்கல்[1] பார்க்கவெண்டியதைக்குறித்து நான் அனுப்பிய தாக்கீதுக்கு ஜவாபாக வெள்ளியூர் . மணியம் முனியப்பனு (நாயக்கன்), கணக்கு ராமஸ்வாமி பிள்ளை, அங்கமுத்துப்பிள்ளை, கு. முனிசாமிபி இவர்கள் எழுதிய இரண்டு ரிபோர்ட்டுகளையும் இதில் வைத்து இருக்கிறேன்.

இவாள்[2] தாங்கள் அருரில் விசாரணையில் இருப்பதாயும் ஜனவரி லீவுக்காக (leave) கிராமத்துக்கு வந்தவிடத்தில் சாதுபடி மாத்திரம் பார்த்து இருப்பதாயும் அருருக்கு மறுபடி விசாரணைக்குப் போகிறதினாலே பின்புதான் அடங்கல் பார்க்க வேணுமென்றும் ரிபோர்ட்டில் சொலலுகிறார்கள்.

இவர்களில் கணக்கப்பிள்ளைகள் அக்டோபர் ௴ 8 ௳ 712 நம்பர் அர்ஜியுடனேயும் மணியக்காரன் டிசம்பர் ௴ 9 ௳ 912 நம்பர் அர்ஜியுடனேயும் துரைகள் சமுகத்துக்கு வந்தவர்களாயிருப்பதினாலே உடனே பூர்த்தி செயது கிராம வேலைக்கு ஆட்டங்கப்பட (hinder) வொட்டாமல் செலவு கொடுத்து அனுப்பும்படியாயாவது அல்லது இப்பொழுதே செலவு கொடுத்தனுப்பி ஜமாபந்தி காலத்திலாவது பின்பாகிலும் அனுப்பிவைக்கும் படியாயாவது உத்தரவு கடாட்சிக்க பிரார்த்திக்கிறேன்.

தங்கள்விதேயன்.

1864 ௵ ஜனவரி ௴ 9 ௳, * * * *
திருவள்ளூர்.

முத்திரியஞ்செய் ஐயர், குமாஸ்தா.

26. *Institution Fees in Civil Suits.*

திருச்சினாப்பள்ளி ஜில்லா கோர்ட்டு சிவில் ஜட்ஜியவர்களாகிய மகா ா-ா- டி. ஜேம்ஸ். டேவிட் சன்துரையவர்கள் சமுகத்துக்கு :

கோனாடு வகையரா தாலூகா முன்சிப் பசும்பூ அமீது மிகவும் வணக்கமாய் சலாஞ்செய்து எழுதிக் கொண்ட அர்ஜி :

என்ன வென்றால், சமுகத்தில் சாதரான ௧௩௧ நம்பர் உத்தரவில் ௧௮௬௪ ௵ ஜூலை ௴ ௨௫ ௳ யுள்ள சதர்க்கோர்ட்டாரவர்களுடைய சர்க்கியுலரின் தர்ஜமாவை (report, summary) அனுப்பிவைத்திருப்பதாயும் அதைப்பற்றி இந்தகோர்ட்டில் நடந்து வருகிற வழக்கததைக்கண்டு ரிபோர்ட்டு செய்யச்சொல்லியும் கண்டிக்கிறது.

ஷ தர்ஜமாவில் இந்த ஜில்லாவுக்குட்பட்ட கோர்ட்டுகளில் ஒத்திக்கிரய சாசனத்தின் பேரில் வரப்பட்ட நிலததைப்பற்றிய வியாச்சியங்களில் ௧௮௦௨ ௵ ததிய ௭-வது சட்டம் ௭-வது பிரிவுபடிக்கும், ௧௮௧௬ ௵ ததிய ௧௫-வது சட்டம் ௧௪-வது பிரிவு, ௨-வது உட் பிரிவுபடிக்கும், ஒத்தி

[1] Estimate, contract; investigation of village lands. [2] For இவர்கள்.

அல்லது கிரய சாசனத்துகையின் பேரிலா? அல்லது நிலத்தின் பெறுமானத்தின் பேரிலா? பீசு ஏர்ப்பாடு செயகிற விவரததை ரிபோர்ட்டு செய்யச் சொல்லியும் கண்டிருக்கிறது.

க—வது. இந்த டிஸ்திரிகட்டு முன்சிப் இலாகாவில் இருக்கிற நிலங்கள் உச அடிகோவால், கோல் க—க்கு ஒரு குழி யாக க00 குழி கரு காணி க ஆகிறது[1]. அந்த ஒருகாணிக்கு அந்தந்த வூரிலிருக்கிற நிலவளத்துக்குத் தகுந்தபடி காணி க—கரு ஹுததில் உரு கலமும் அல்லது ரு0 கலமும், ருகு கலமும் கண்டுமுதலாகிறது. அதற்கு அந்தந்த வூர்வழக்கப்படி குடி வாரம் க00 கரு உரு கலமும் அல்லது ரு0 கலமும் ருரு கலமுமிருக்கிறது. அந்த ஒரு காணி கண்டுமுதலில் அந்தந்த வூர்வழக்கப்படி அதற்குள்ள குடி வாரம் போக சர்க்காருக்குச் சேரவேண்டிய மேல்வார நெல்லு தொகைக்கு விற்கிற தாரணை[2] விலைப்படிக்கு துகையை யேற்படுத்தி அந்தத்துகையின் பேரில் பீசுகட்டி வழக்கமாய் நிலவழக்குகள் இந்த ஜில்லாவிலுள்ள கோர்ட்டுகளில் கொண்டு வரப்படுகிறதாகவும், ஒத்தியல்லது கிரயசாசனத்தின் பேரில் நிலவழக்குகள் வந்தால் அதற்கும்மேற் சொன்ன விவரப்படி சுகே மேல்வர்ரத்துகையின் பேரில் பீசு கட்டி வழக்குகள் கொண்டு வரப் பட்டிருப்பதாகவும் காணப்படுகிறதே யல்லாமல் ஒத்தித்தொகையின் பேரிலாவது அல்லது கிரயசாசனத்துகையின் பேரிலாவது பீஸ்கட்டி நிலவழக்குகள் கொண்டு வரப்பட்டதாகக் காணப்படவில்லை.

உ—வது. சர்க்கார் மேல்வாரத்துகையின் பேரில் ஒத்தி கிரயசாசன நிலத்திக்கும் வழக்கு கொண்டு வருகிறது மேற்கண்ட சட்டங்கள் கஅசா0 ௵ ஆகஷ்டு மீ 24 உ யுள்ள சதரதாலத்துக்கோர்ட்டாரவர்களின் சர்க்கியுலர் ஆர்டர் இதுகளுக்கு ஒத்திருப்பதால் அந்தவழக்கப்படிக்கு நானும் பிராதுகளை வாங்கிக் கொண்டு வருகிறேன்.

1864 ௵ ஜனவரி மீ 18 உ. * * * *

27. *Asks for a Warrant to Arrest an Unwilling Witness.*

மஹாராஜ ராஜஸ்ரீ செங்கல்பட்டு ஜில்லா சிவில் கோர்ட்டு நியாயாதிபதி யவர்கள் சமுகத்திற்கு:

சே. வீராசாமி பிள்ளை தாலுகாமுனிசிபு கஞ்சிவரைா (Conjevaram, &c.) சலாஞ்செய்து எழுதிக் கொண்ட அர்ஜி என்னவென்றால்:

இந்த கோர்ட்டு நஅசுரு ௵ ருகச.

சென்னப்பட்டணம் முத்தியால்பேட்டை பவழக்கார தெருவிலிருக்கும் கு. ப. அகல்லாஞ்செட்டியார்	வாதி வக்கீல் ராமையர்[3].
பெரிய காஞ்சிபுரம் சேக்குப்பேட்டை யிலிருக்கும் ரங்கப்பகோதாசா (க) எல்லப்பாசா (உ) சாந்தாசா (ரு) காளப்பாசா (ச)	பிரதிவாதிகள்.

[1] These measurements vary from village to village.
[2] Average price.
[3] Râmaiyar.

சென்னப்பட்டணம் முத்தியாலுபேட்டையில் செங் கழுநீர்பிள்ளையார் கோவில் தெருவில் ௱௭-ாவது நெம்பர் வீட்டிலிருக்கும் வீராசாமி செட்டியார் குமாரர் சுந்தரசெட்டியார் . . . . . . க.	வாதியின் க-வது சாட்சி.

ஷை சாட்சியை வாதிதரபில் சாட்சியாகக்கோரப்பட்டு அவருக்கு சம்மன் அனுப்பி சார்வாயிருக்குது. சம்மனில் கண்ட வாயிதா பிரகாரம் அவர் இந்தகோர்ட்டுக்கு ஆஜராகவில்லை; அவரிட சாக்ஷியும்வாதிக்கு முக்கியமான தாயிருக்கிறது, ஆகையால் ஷை சாக்ஷி ஏளது ௵ எப்ரில் ௴ ௨௧ ௳ இந்தக் கோர்ட்டுமுன் ஆஜராகும் பொருட்டு அவருக்கு வாரண்டு அனுப்ப உத்தர வாக வேணுமென்று கோருகிறேன்.

ஷை வாரண்டுக்காக வாதிவக்கீல் கட்டிய ஷெரிப்பவர்கள் பீசு ரூ ௲ க-து ௵ எப்ரில் ௴ க ௳ கஞ்சிதாலுகா கஜானவுக்கு அனுப்பியிருக்கி றேன். அந்தவாரண்டு கொண்டு போகும் சிவில் கோர்ட்டு பியாதாவுக்கு[1] சேரவேண்டியபடி ரூ. 1. 12 – ˏ போஸ்டேஜ் ரூ. ˏ – 2 – ˏ ஆ ரூ. 1. 14 – ˏ டிஸ்கவுண்டு உள்பட அரை அணு லேபில்கள் 62 இதனோடு சமுகத்திற்கு அனுப்பிவைத்திருக்கிறேன்.

௲அ௱௮௪ ௵ எப்ரில் ௴ ௧௨ ௳.

28. *Examination and Cross-examination.*

௲அ௱௮௪ ௵ நவம்பர் ௴ ௨௧ ௳.

௧௮௪ ௵ ௭. அ௰௨	வாதி சேஷாசல செட்டி; வக்கில் சேஷாத்திரி அய்யங் கார்; பின்னும், சப்பாத உசேனுட்டிதின் கான் .	பிரதிவாதி, கயிருபுசெட்டி; வக்கீல சுப்பையர்.

உபையவாதிகளுக்குமிருக்கப்பட்ட வியாச்சியத்தில் திருப்பாபுலியூர் வேலாயுத பிள்ளை குமாரன், சாதி (caste) வெள்ளாழன், தொழில் (occupation) சாயந்தோயக்கிறது; வயசு (age) ௩௰ உள்ளவனுகிய வாதி சாட் சிமுத்தயபிள்ளைக்கு ௲அ௱௫௰ ௵-த்திலுண்டான ௱-ம் சட்டம், ௭-ம் பிரிவுபடிக்கு சத்தியம் பண்ணிவிச்சு (த்து),

வாதி வக்கீல் கேழ்வி (கேட்டது).	வாதி சேஷாசல செட்டி உன் கிட்டயேதாவது புடை வைகள் கிரயத்துக்கு வாங்கினதுண்டா (87).

உத்தரம். சேஷாசலசெட்டி யென் கிட்ட (170) கிரயத்துக்குப்புடை வைகள் வாங்கயில்லே.

ஷை கே. சேஷாசலசெட்டி சொல்ப்படிக்கு பிரதிவாதியண்டை (251) நீ யேதாவது (205) பணம் பற்றிக்கொண்டையா.

உத். அதுவாங்கயில்லே. கயிருபுசெட்டியண்டை நான் சிறுது புடவை கள்கிரயத்துக்கு விற்று அதுக்குள்ள கிரயம் கயிருபு செட்டியண்டை புத்தி[புற்றி]க்கொண்டேன். நான்வித்தது [விற்றது] யித்தனை புடைவை

[1] = *peon*, messenger.

யென்று யெபாபக[1]மில்லே. ம வராகனுக்குள்ளே யேழுயெட்டு வராகனுக்கு யிருக்கும் வித்தது.

டிகே. மத்தியஸ்தான் முன்பாக யென்ன விசாரிசசு என்னமாய்த்தீர்க் ததுகள்.

உத். முத்தியசெட்டி, கோபாலு செட்டி, சஞ்சிவினயக்கர், பின்னும் சிறிதபேர் கூடி என்னே அழைப்பிச்சு யாரண்டை புடைவைகள் விறறு யென்று கேட்டத்துக்கு நான் நயினுபு செட்டியண்டை புடவைகள் கொடுத்து பணம் அவனண்டை வாங்கிககொண்டே னென்று சொல்லிப்போட்டு போயவிட்டேன். அப்புறம் நடந்தது தெரியாது.

டிகே. உன்னேவிசாரிச்சதோடு கூடயின்னும் யாராரை மத்தியஸ்தான் விசாரிச்சார்கள்.

உத். யென்னுடனே கூட பளளி பொன்ன படையாச்சி வந்தான். அவனும் நான் சொன்னப்படிக்கு நயினுபு செட்டி யண்டை புடவை கொடுத்து பணம் வாங்கிக்கொண்டேனென்று சொன்னுன். அப்புறம் நாங் கள் அங்கே யிருக்க இல்லே.

டிகே. அப்போ பஞ்சாயத்தார் முன்பாக வந்து சாக்ஷி சொன்ன பேர் களுக்குள் இப்போயாரார் கோர்ட்டுக்கு வந்திருக்கிறுர்கள்.

உத். அது எனக்குத் தெரியாது.

டிகே. வாதிக்கும் பிரதிவாதிக்கும் எப்போதாவது கூட்டுத்தொழில் நடந்ததுண்டா.

உத். எனக்குத் தெரியாது.

டிகே. பிரதிவாதி சாட்சிக்கு வந்திருக்கிற தெயவநாயகனயக்கனே அறுவையா.

உத். அறிவேன்.

பிரதிவாதி வக்கீல் கேழ்வி. } நயனுபுசெட்டிக்கு நீ புடவைகள் கொடுத்த போது வாதி யார்வீட்டிலே யிருந்தான்.

உத். நயனுபு செட்டியினுடைய வீட்டிலேதான் இருந்தான்.

டிகே. நயனுபு செட்டிக்கு நீ புடவைகள் கொடுத்தது எப்போ.

உத். பத்து வருஷமிருக்கும்.

டிகே. மத்தியஸ்தாள் உனனே யழைச்சி சாட்சி கேட்டபோது வாதி உனக்கு கணக்கு தீர்த்து யேதாவது பணம் கொடுத்தானு.

உத். இல்லே.

டிகே. நயனுபு செட்டி யண்டை நீ பணம் வாங்கிக் கொண்டபோது கூடயாரார் யிருந்தார்கள்.

உத். பள்ளி பொனனபடையாச்சி, பிரதிவாதியினுடைய தகப்பன், பின்னும் செவிட்டு முத்தியனு, இவர்கள் ௩ பேர் யிருந்தார்கள்.

டிகே. அந்தபணம் கொடுத்தபோது வாதி கூட யிருந்தானு இல்லேயா.

உத். வாதியில்லே.

[1] For ரூபகம்.

கோர்ட்டுகேள்வி. புடவைகளை நீ யாரண்டை கொடுத்தாய்.

உத். நயினாபு செட்டி யண்டை கொடுத்தேன்.

கே. யாருக்காக நயினாபு செட்டி கொண்டான்.

உத். அது தெரியாது.

கே. நயினாபு செட்டி வாங்கிறபோது யார் இருந்தது.

உத். அப்பவும் மேலெழுதிய ௬ பேர் தான் யிருந்தார்கள். புடவை வாங்கிக்கொண்டு அந்த க்ஷணமே பணமும் கொடுத்தான்.

கே. புடவை விக்கிற போது சகாயபிள்ளையிருந்தானா.

உத். இல்லை.

கே. அந்த புடவைகள் நீ விக்கிறபோது வாதி சேஷாசலசெட்டி யென்னமாய் ஜீவனம் பண்ணிக் கொண்டிருந்தான்.

உத். அது எனக்குத தெரியாது.

கே. இப்போவாதிக்கு என்ன ஜீவனம்.

உத். அதுவுங் தெரியாது.

முத்தய்யபிள்ளை.

* * * *

29. *Document sent to be Filed.*

கும்பகோணம் ஜில்லா சிவில் ஜட்ஜி துரையவர்கள் சமுகத்துக்கு:

[To the Cumbacōṇam Zillā Civil Judge.]

கீழ்வளூர் வகையரா தாலூகா முன்சிப் கிருஷ்ணருவு மிருந்த வகைக்கந்தடவே சலாகுசெய்து வெழுதிக் கொண்ட அர்ஜி பெண்ணவெண்ருல்:

[From the Munçif of Lower-Vaḷūr, Kirushṇa-Rāo.]

சிவில் கோர்ட்டு 1844 ௵ – த்திய 5 – வது நம்பரின் பிராதில் வாதிக்கி [குப்] பிதாமகனுடைய தமயன் பெண்சாதியும் பிரதிவாதிக்கி சாக்ஷாத்[1] பிதாமகியுமான அழகம்மாள் [Mrs. Beauty] கோரிக்கைப்படி சில சொத்துக்களை விற்றுதர்மம் நடப்பிக்கப்படுமென்று ரூஜினாமா [இராசிநாமா] ௬–வது கலத்தில்[2] கண்டபடி தர்மம் நடப்பிவிக்க உபயவாதிகளும் அககறைப்படவில்லை (were not willing). அதினாலே ஷை அழகம்மாள் மனுவின்பேரில் சில நிபந்தனைகளைக்கண்டு 1850 ௵ டிசம்பர் ௴ 31 ௳ இந்தகச்சேரியில் டைரி (dairy) உத்தரவு போடப்பட்டது. அந்த உத்தரவை உபயவாதிகளும் மனுக்காரியும் ஒப்புக்கொண்டு அந்தப்படி இந்த கச்சேரிமூலயாகவே நிறைவேற்றிக் கொள்ளுகிறதென்று கரார்நாமாவிலும் கண்டெழுதிக்கொண்டதினாலே மனுக்காரியினுடைய ஒருமனுவை மட்டும் நிறுத்தி வைத்துக் கொண்டிருக்கிறேன். இதுமுதலான சங்கதிகளை விவரமாய் கண்டு ந–து ௵ பிபர்வரி ௴ 14 ௳ சமுகத்துக்கு அர்ஜி யெழுதிக்கொண்டிருக்கிறேன்.

ஷை மனுவின் சங்கதியைப்பற்றிக் கரார்நாமாப்படி உபயவாதிகளும் ஷை. பனுவுக்காக நான் செய்த உத்தரவின் தாத்பரியப்படி மனுக்காரியும்

[1] S. SĀKSHĀT = *own, direct.*

= *column.*

ஆஜிராயி மேல் நடவடிக்கை நடப்பிவித்து சகொள்ள உபயவாதிகளுக்கும் ௩-து ஷு பிபர்வரி மீ 28 ௨ ரோட்டீசு மூலமாய்த் தெரிவித்ததுமன்னியில் அந்தப்படி ஆஜராகி யாதொரு நடவடிக்கையும் நடப்பிவித்துக்கொள்ளாத திருலே மனுவில் கண்ட தர்மச்சன்சதியை நிறைவேற்றிக்கொள்ள வேண் டிய கடமை யுள்ள மனுக்காரிக்கு (௨) வாரம் கெடுக்கண்டு கெடுவிற்குள் முன் டயிரி உத்தரவுப்படி மனுக்காரிநிறைவேற்றிக்கொள்ளாத வரையில் மனுவின் நட்வடிக்கை முடிவு செய்யப்படுமென்று கண்டு மனுக்காரிக்கு ரோட்டீசு போட்டு கெடுவிலும் கெடுத்தப்பியும் மனுக்காரி ஆஜராகி யா தொரு நடவடிக்கையும் நடப்பிவித்துக்கொள்ளாததிறைல் முன் அர்ஜியில் கண்டபடி நிறுத்திக்கொண்டிருந்த மனுக்காரி மனு (க) பின் நடவடிக் கையில் பிறந்த ரோட்டீசு கட்டளை (௨) ஆகதஸ்தாவேசுகள் மூனும் நம்பர் கட்டில் சேர்க்கவேண்டியதற்காக இத்துடன் சமுகத்திற்கு அனுப்பி வித்திருக்கிறேன்.

தேம்வரும். கஅ௬௨ ஷு
ஆகஸ்டு மீ ௧௦ ௨. * * * *

30. *Prisoner's Family Support.*

தஞ்சாவூர் ஜில்லா செஷன் கோர்ட்டாரவர்கள் சமுகத்துக்கு:

கம்ப ஷு சேக ௧௨-வதில் ஊதி கரகேசவரையன சவாலு செய்து பெழுதிக் கொடுத்த மனு வென்னவென்றால்:

௸ செஷன் கார்ட்டாரவர்களால் எனக்கு ௬ ஷு கடின காவல் விதித்து இந்த ஜெயிலில் வைக்கப்பட்டிருக்குது, இப்போது என்னுடைய ... க்கு சவரட்சகர் இல்லாத்திருல் எனக்கு பட்டுக்கோட்டை தாலூகா அன்னுணி கிராமத்திலிருக்கப்பட்ட ௴ ($\frac{1}{8}$) பங்குக்குள்ள ௨௴ ($\frac{5}{8}$) வேலி நிலத்தையும் எனக்கு விரோதிகளான சிலர் கைப்பற்றிக்கொள்ளவும், இப்போது ௸ நிலத்தில் விளைந்திருக்கப்பட்ட [for இருக்கிற, 262 (14)] மாகூலை அறுப்பறுத்துக்கொண்டு போகவும், எத்தனிக்கிறதாக கேழ்(ள்)விப் படுகிறேன். எனக்குவீட்டில் ௰ வயதுக்குட்பட்ட ௬ பிள்ளைகளுக்குப் போ ஷகியான என் பெண்சாதியால் ௸ நிலத்தைக்காப்பாற்ற திறமையில்லாத திறைல் கோர்ட்டாரவர்கள் கிருபைசெய்து, ௸ நிலம் ௨௴ வேலியையும் நான்விடுதலையாகிற வரையில் சர்க்கார் விசாரணையில் வைத்து அதில் வரப் பட்ட [262 (14)] ஐவேஜில் சர்க்கார் கிஸ்தியும் பிறக்குடிவாரமும் (101) போக பாக்கியை என் பிள்ளைகளாகிய நாருயணன் (க) சிதம்பரம் (க) விசுவனுதன் (க) இவர்களுக்குப் போஷகியும் தாயாருமான லட்சுமியம் மாளிடத்தில்சேர்ப்பித்துக் கொண்டுவரும்படி செய்விக்க கோர்ட்டாரவர் களைரும்பவும் கேட்டுக்கொள்ளுகிறேன்.

ருகேசுவறன்.

1863 ஷு பெப்றவரி மீ 13 ௨.
[கரகேசவரையன்.] * * * *

31. *Wife's Petition.*

தஞ்சாவூர் ஜில்லா செஷன் கோர்ட்டாரவர்கள் சமுகத்துக்கு:

திருத்துறைப்பூண்டி தாலூகா வடமழைக்கரி கிராமம் இராமசாமி தருமலிங்கப்பிள்ளை (Dharma-linga Pillai) பெண்சாதி ராஜாயி (Rājāyi) எழுதிக் கொடுத்த மனு:

1–வது. மன்னார்குடி தாலூகா தேவஸ்தலம் மாயாண்டி கவுண்டன்[1] வீட்டில் கொள்ளை போன சங்கதியைப்பற்றி கூடியான் என் புருஷனை தருமலிங்கபிள்ளையையும் எதிரிதரபில் (list) சேர்த்து பிராது செய்ததில் என் புருஷனுக்கு ஒருவருஷத்திற்கு நல்ல நடத்தைக்கு ஜாமீன் கொடுக்கும்படி டிஸ்திரிக்ட்டு மாஜிஸ்திரேட்டுதுரையவர்கள் உத்தரவு செய்தார்கள்.

2–வது. மற்றபேர்வழிகளை (persons) இந்த செஷன் கோர்ட்டுக்கு அனுப்பி இந்தசெஷனில் விசாரணையாகி விடுதலை செய்யப்பட்டிருக்கிறது.

3–வது. என் புருஷனுக்காக நான் இசைத்துக்கொண்டு போன ஜாமீன் எதிரிகளுடையதுர்ப்போதனையால் தள்ளி விடப்பட்டது; ஆகையால் தர்ம துரையவர்கள் தயவுசெய்து கூடி நம்பர் கட்டை வரவழைத்துப்பார்வையிட்டு, என் புருஷனை விடுதலை செய்யும்படியாகவும், அப்படியில்லாதவரையில் இப்போ என்னிடத்தில் ஜாமீன் வாங்கிக்கொண்டு விடுதலை செய்யும் படியாகவும் உத்தரவாகவேணும்.

நான் பெண்பிள்ளையானதால் இந்த நம்பரின் கணக்கு இத்தனையாவதென்று எனக்குத் தெரியா [ததினாலே, 121] ததுனாலே அந்த விபரம் இதில் சொல்லவில்லை.

குற்றவிசாரணை சட்டம் 296, 297, இந்த ஸெக்ஷன் படி மனுக்கொடுத்திருக்கிறது.

இந்தபேரல் ராஜாயி.

1863 ஆம் நவம்பர் மீ 12 உ. * * * *

32. *Complaint of Injustice and Partiality.*

தஞ்சாவூர் ஜில்லா செஷன் கோர்ட்டாரவர்கள் சமுகத்துக்கு:

கசபா மன்னார்குடி அன்னவாசல் தெருவிலிருக்கும் முத்துசாமி ஐயர் பிள்ளை கோபாலையன் கொடுத்த மனு:

(1) என் பெண்ஜாதி பெரிய நாயகியை கள்ளப்புணர்ச்சி செய்யும் பொருட்டு வசியப்பயித்தி ரூ 100 பெற்ற தடயங்களுடன் அவளைப்புதுக் கோட்டை யிலாகாவில் ஒளித்துவைத்திருந்ததைப்பற்றி கைதி கிச்சண்ணு ஐயங்காரென்கிற கிருஷ்ணையங்கார் பேரில் மன்னார்குடிதாலூகா செக்கிண்டு கிளாசு சப்மாஜிஸ்திரேட்டினிடத்தில் வழக்கிட்டேன்.

[1] கவுண்டன் or கௌண்டன், a Kanarese caste title.

(2) பிராதுப்படி ருசுப்படுத்தினேன். என் சாட்சிகளில் முக்கியமான அநேகரைத் தருவித்து விசாரியாமலும், என் பெண்ஜாதியின்வாக்குமூலத்தைச்சரியா யெழுதி வாங்காமலும், அவள் கோறிய சாட்சிகளை விசாரியாமலும் விசாரித்த சாட்சிகளின் ருசுவைச்சரியாயெழுதாமலும், தகுந்த ருசுவில்லை யென்று சென்ற நவம்பர் ௴ ௭ ௳ யில் பிராதைத் தள்ளப்பட்டிருக்குது.

(3) துப்புத் தெரிந்தபிறகு சிலரை கைதியில் சேர்க்க வேணுமென்று நான் கொடுத்த மனுவை அங்கிகரிக்கவில்லை. என் பெண்ஜாதி புதுக்கோட்டை யிலாகாவிலிருந்து பிடிபட்டதால் அவளிருந்தவீட்டுக்காரர்களைத் தருவித்து விசாரிக்க வில்லை.

(4) இவ்விதமான விசாரணைகுறைவின் பேரில் ௸ கைதி சப்மாஜிஸ்திரேட்டுக்கு புரோகிதனாகவும் (S. = *priest*) ஒருமதஸ்தனாகவும் இருப்பதையிட்டு அவனைத்தப்பித்து விடவேணு மென்கிற முழுநோக்கத்துடன் வழுவுதலாக அமல் நடத்தி அநீதியாய்ப்பிராதைத்தள்ளிப் போட்டார்.

(5) ௸ கேசில் நான் பிரஸ்தாபிக்க வேண்டியதும் ரூபிக்க வேண்டியதும் அநேகமிருந்தது. அதுகளுக்கும் விசாரணையான சாட்சிகளுக்கு நான் துருக்த சவால்[1] போடவேண்டியதற்கும் இடங்கொடுக்கவில்லை.

(6) ௸ சப்மாஜிஸ்திரேட்டு தீர்ப்புக்கு எனக்கு நகல் கொடுக்கவில்லை; இதைப்பற்றிநான் டிஸ்திரிகட்டு மாஜிஸ்திரேட்டாரிடத்தில் மனுகொடுத்தேன். அவர்களும் அங்கிகரித்து நியாயமான முடிவு செய்யாமல் இவடத்தில் தெரிவித்துக் கொள்ளும்படி எனக்கு வாய்மொழியாய் உத்தரவு கொடுத்தார்கள்.

(7) இதின் பேரில் அப்பீல் செய்ய எனக்கு இடமில்லாததினால் குற்றவிசாரணை சட்டம் 343–வது செக்‌ஷன்படி இந்தக் கேசை ஹைகோர்ட்டாரவர்கள் ரீபரென்சுக்காக தருவித்து அனுபபி அவர்கள் உத்தரவைப் பெறுக்கொண்டு இதை வேறொரு கோர்ட்டில் பரிசீலனை (trial, examination) செய்யும்படி அனுப்பக் கோறுகிறேன்.

கோபாலையன்.

1863 ௵ டிசம்பர் ௴ 17 ௳.

இது எழுதியது கருத்திட்டம் குடிமுதலியார்தெரு.
சீனிவாசமுதலி.

* * * *

[1] = கேள்வி.

83. *Distraint for Fines.*

தஞ்சாவூர் ஜில்லா செஷன் கோர்ட்டாரவர்கள் சமுகத்துக்கு:

அறந்தாங்கி பிர்கா செக்கண்டு கிளாச சபார்டினேட்டு மாஜிஸ்திரேட்டு நாராயணசாமி ஐயர் (Nārāyaṇa-Sāmi Aiyar) *எழுதிக்கொண்ட அர்ஜி:*

நாளது நவம்பர் மீ 14 உ டிஸ்திரிக்ட்மொஜிஸ்துரேட்டு துரையவர்கள் சமுகத்திலான 31–ஆம் நம்பர் உத்தரவுடன் வந்த சமுகத்து வாரண்டில் கண்ட செஷன் 76–ம் நீ கைதிகளாகிய வறிக்குடி சின்ன அண்ணன் (1) அருணசலம் (2) இவர்களுடைய அசையும் பொருளைத்தடர்ந்து அவர்களுக்கு விதிக்கப்பட்டு இருக்கிற பேர்வழி (1–க்கு) [பேர் வழி ஒன்றுக்கு 'on each individual'] ரூ 15 வீதம் அபராத பணத்தை வசூல் பண்ணி வரும்படி அந்தக்கிராமத்தைச் சேர்ந்த ஆவுடையார் கோவில் போலீச டிப்பிட்டி கான்ஸ்டேபில் பேரால் கட்டளை யனுப்பி ரிட்டர்ணு கிவந்தது.

டி முதல் கைதி சின்ன அண்ணனுடைய அசையும் பொருளையேலத்தில் விற்றுமுதலானதில் ஐவேஜான ரூ 6 அணு 15 பை 8 போகப்பாக்கி துகைக்கு அவனுக்கு இனியாதொரு சொத்து கிடையாதென்றும்;

2–வது கைதி அருணசலத்துக்கு தஞ்சாவூர் டிஸ்திரிகட்டுக் குள்ளாகயாதொரு அசையும் பொருள் இலலே யென்றும்; புதுக்கோட்டை இலாகா எச்சிகோட்டை கிராமத்தில் அசையும்பொருள் இருக்கிறதாகவும், தெரிய வருகிறது.

டி ரிட்டர்னுடன் வந்த முதல்கைதியினுடைய அசையும்பொருள் ஏலத்தில் விற்றுமுதலாகி வந்தமேற் சொல்லிய ரூ 6 அணு 15 பை 8 யும் 6 நமபர் சேவகன் ஆருமுகநாயக்கன் வசமாகச்சமுகத்துக்கு அனுப்பிவித்து இருக்கிறேன்.

ஆகலால் இதுவிவரம் சித்தத்துக்கு வணக்கமாய் அறிக்கை செய்யலானேன்.

தங்கள்விதேயன்.

1865 ௵ நவம்பர் மீ 30 உ.

* * * *

CHAPTER VI.

PETITIONS AND OFFICIAL CORRESPONDENCE.

[These are more difficult. They are from the Collection of A. Robertson, Esq.]

Mute marks (புள்ளி) are most often omitted in business letters. Many utterly ungrammatical forms and errors are left uncorrected here *passim*, for exercise. Spelling is often quite phonetic.

1. *Ground-rent.*

க-வது. நிலவரிச்சங்கதி.

சென்னபட்டணம்கலெக்டர் துரையவர்களசமுகததுககு :

எனனுடைய காளவாய்த் தணடலம்[1] பெரியதமபிமுதலி[2] மிகவும் சலாமுசெயது எழுதிகொணட விணணபபம்:

எனனமெனறால் இருபததஞசு (172) வருஷமாய் இநதக்காளவாய்த்தொழில்செயதுகொணடு இநதநிலவரி பில்லுகளுககு (bills) அப்போதைக்கப்போது, தடஙகலிலலாமல பணஙகடடிககொணடுவநதேன[3]. இபபோது இநதவிரணடுவருஷமாய இநததொழிலபீடாய் (268) எனககுககஷ்டகாலஞசமபவிததிருககிறதினாலும தேகசௌககியமும்மடடாயிருககிறதினாலும, -யஅ- பில்லுகளுககுமாததிரமபணமெனபேரிலேபாககியாய்நினறுபோசசுது. இநததருணததில அநதபில்பாககிச் சாடடாவாய்க் கடடசசொலலிததாஙகளெனககுககடடளையிடடீர்கள. அநதபபிரகாரம, அதுமுழுதும இபபோதுகடட எனககு நிர்வாகநதபபியிருககிறது.

ஆகையினாலே தாஙகளதயவுசெயது, இதினுண்மையை இனனமிருககிற காளவாய்க்காரராலும தஙகளுடையபில்த்தணடல்க்காரக்கணக்கபபிளளையாலும அறிநதுகொணடு, ஒனபதுபிலலுகளுககு இபபோது எனனிடததிலபணமபறறிககொணடு எனகாளவாய்மறியலேச்சாரிபணணினால, மறறபாககியும இனனமிரணடுமாசததில சாடடாவாய்ச்செலுததிபபோடுவேன. தாஙகள இநத எளியவனபேரில இவவளவுகிரு(ரு)பைவைதது, டக்ஷ புககுச்சதுத்[4] தரவுகொடுககுமபடியா தஙகளகனததை[5] மிகவுமபிரார்த்திககிறேன.

இபபடிககு (இவன) தொழில், த. பெரியதம்பி.

ஆர்.

[illegible] இசசரியான

[illegible]

[1] *Tandal* = collection, or head of a gang of labourers. It is here used as a title. The whole 'style and title' of the petitioner is: Tandal + am (131. *c*) + periya (131. *c*) + tambi (Key, App. iv) + muthali.

[2] பெரியதம்பி is a pet, or household name.

[3] Observe the use of the auxiliaries கொள் and வா (106). Lit. 'having tied up and taken I came': he had always *come* up to his time!

[4] S. = *favourable reply.*

[5] 'Your honour.'

2. Endowment.

உ-வது. சுரோத்திரியச்சங்கதி.

சென்னபட்டணம்கலெக்ட்டராயிருக்கிற இன்ன துரையவர்களசமுகத்துக்கு :

சித்ராதிரிப்பேட்டை[1] சுரோத்திரியதாராயிய[2] மலைசைபதிராயர் மிருத்யணக்கத்துடன எழுதிக்கொண்ட அர்ஜி :

எனனுடையவனாலல சிததாததிரிபபேடடைஹரிஹரா[3]திகளபோரால, கிராண டுகேகுன்ப்படட பெரியமேடடுநிலஙகளில, கநதபபக்கிராமணிகருச் செர்ட டைபைக்கேடடுப்பணணிககொடுததநிலததுசகு இபபாலிருககிறது சர்க்கார் நிலமெனறு, அதிலிருககிறமரததொடடிகளளுககடை. மிடடாய்க்கடைமுத லாகியதுகளுககு, தாஙகளவரிபில்போடடு, ௲அ௨௨ ஷூ முதல்வகுல்பணணி ககொணடுவநத கிரவுணடுரெணடை இபபோது ஷ கோயிலகளுககாகஒப பிததுபபோடசசொலலி, ௲அ௨௰ ஷூதணடலககாறப்பாபபயப்பிளளைபெரு ககுததாஙகள உததரவுகொடுததீர்கள. அநதபபடிககுஅநததணடலககாரனு லேஅநதவரிபபாககியானதை எனககுசசெலுததிவிடசசொலலிசசாடடபப டடிருகக; அநதககடைககாரர்கள அபபடிச்செயயாமல அடடிபணணின படியினுலே, அதைககுறிதது அவர்களபேரிலே நானசினனகோர்டடிலே போடடேன. அதறகு அநதககோர்ட்டுதுரையாகிய-ம-ா-ஸ்ரீ-(இனனார்) அநதநிலுவையையுனனைததணடிககொளளசசொலலி கலெக்ட்டர்செலவு கொடுததறகு, அவருடையகாகிதமாவது, பாபபயப்பிளளை பெருககுககொ டுததாககிதுக்குநகலாவதுகொணடுவநதுஎனககுககாணபிததால, அபபோது தானஉனபட்சததிலேடிககிரிபணணுவேனெனறுநாளதுஜூலை ௴ உ௪ வரை ககுஙகெடுக்கொடுததிருககிறார்.

ஆகையால தற(ர்ம்)மபபிரபுவாகியதாஙகள, முன்னுலே பாபபயபிளளை பெருககுககொடுதத ஆர்டருககுஒருகாப்பிகொடுததாலுஞசரியே, இநத கிரவு ணடுரெணடு தேவஸதானததைசசேரவேணடியதுதானெனறுஷதுரையவர்க ளுககுஒருகாகிதநதாஙகளதயவுபணணினாலுஞசரியே; இலலாவிடடாலதே வஸதானததுபபணம அநியாயமாயமுழுகிபபோகிறது; இவவளவுதயவுப ணணுமபடியாய்த்தஙகளகனததைபபிரார்ததிககிறேன.

சித்ராதிரிப்பேட்டை சுரோத்திரியதாராயிய மலைசைபதிராயர்.

சென்னபட்டணம்

௲அ௱௪௨ ஞூ ஜூலை ௴ ௪உ.

[1] சித்ராதிரி for சித்ர யாத்திரை = *safe (auspicious) voyage*: name of a suburb of Madras.

[2] *Shrōttriyam*, an assignment of land or revenue to a learned man, or to any deserving erson.

[3] Hari = Vishṇu; Hara = Çiva; H. B., 151. *e*.

3. *Remittance.*

ரூ-வது. இர்சால்சங்கதி.

சேலம் ஜில்லா கலெக்டர் ஆகிய (இன்ன) துரையவர்கள் சமுகத்துக்கு :

ஓமலூர்தாலுக்காதாசில்திருவேங்கடத்தய்யங்கார், வணக்கத்துடன் எழுதிக்கொண்ட அர்ஜி :

என்னவென்றால, ஷ டிதாலுக்காவில் நாளது ஹூ ஜூலைமீ ௩௧௨ வரைக்குமவசூலானபாபததுமுபலகுபணஙகளை அசூர்கசாணுவுககு இர்சால்செயதிருககிறததறகுவிவரம.

அயன்வசூல்	ரூ.	உருகூஎ	ரு	கூ
அமானிபள்ளப்பட்டுகிராமத்துமாசூல்விற்றுமுதல்	,,	கரு௱	எ	சு.
அமானிபாஜேபாப்-மூஙசில்வகைராவசூல் .	,,	அ௱	,,	,,
சாயர்இஜாராவசூல்	,,	கூஉ௱	,,	,,
மக்கம்வசூல்	,,	உருய	,,	,,
தேவஸ்தானம்வசூல்	,,	கூஎருரு	சு	கூ.
தக்காவி வாபஸ் வசூல்	,,	கஅகூகூச	கூ	எ.
மோதிரபா வசூல்	,,	உகூச	க	ரு.
சன்வாத் பாக்கிவசூல்	,,	ருஅகஎ	ரு	,,
மறாமத்து பாஜகஸ்து	,,	அசா	,,	,,
பேவார்ஸ்சாமான்எலம்வசூல் . . .	,,	உஎ	உ	க.
சாலைமரம்விற்றுமுதல்	,,	ருய	,,	,,
ரிவினியுஅபராதம்வசூல்	,,	ச	உ	,,
போலீசுஜுர்மானுவசூல்	,,	கூகரு	அ	,,
உத்தியோகஸ்தர்களசம்பளப்பிடிப்பு . .	,,	கூ	சு	,,
காட்டுக்கணக்கர்கள்சம்பளத்துக்காகவசூல் .	,,	ககஅ	அ	எ.
கிராமக்கணக்கர்களுடையசம்பளத்துக்காகவசூல் .	,,	ககூ	ரு	,,
ஆகபாபத்து-களஇவகூன்முபலகுவசூல்	,,	சுககூஉய	உ	அ.

ஆக ரூபாய்அறுபத்தோராயிரத்துமுந்நூற்றிருபதும-அணு-இரண்டும்-பைசா-எட்டும், ருக-தயிலியில்போட்டுக்கட்டி, அரககுசீல்பணணி, தாலுக்காமுததிரைவைதது, நாணயவாரியாய், இர்சால்நாமாதயார்செயது, தாலுககாகுதிசேவகன, அச்சயநாயகன்வகைரா-கூ-பேர்களுடையதாபே (custody) செயது, அசூர்கசாணுவுககு அனுபபிவைததிருககிறதைபியதுஜாஹிராக வேணுமென்று எழுதிககொணடேன.

திருவேங்கடத்தய்யங்கார் தாசில்தார்.

தாலுக்கா ஓமலூர்.

இன்ன ஹூ இன்ன மீ இன்ன உ

முகாம ஓமலூர்.

4. *Extended Cultivation.*

௪–வது. ஜாஸ்திசாகுபடிச்சங்கதி.

கோயம்புத்தூர்ஜில்லாகலெக்டர்ஜான்சலிவன் (John Sullivan) துரையவர்களசமூகத்துக்கு:

அவினாசி தாலுகாதாசில, ரங்கராவு எழுதிக்கொண்ட அர்ஜி:

என்னவென்றால்௸தாலுக்காவைச்சேர்ந்த சின்னஅவினாசிகிராமத்து மஜ ராகெய்க்குப்பை மகாசனம் குப்பய்யன் என்கிறவன அருரில்கொடுத்தவிண ணப்பத்தில தன்னுடையகிராமத்தேரியில வருஷாந்தரத்தில் வருகிறசலம் ஆறு மாசமாத்திரமநிலையாகவிருக்கிறதாகவும அதின்பேரில்காய்ச்சலினாலே அது வறண்டுபோகிறதாகவும் சர்க்காரார்அதுக்குக்கரையை உசத்திமராமத்துசெய்து, வேண்டியபந்தோ பஸ்தும்பண்ணி அதுவருஷமுழுதுசகுமபாயுமபடியாய்ச் செய்வித்து தனக்குக்கொடுத்தால, (௲) ௫–வரைக்குநதரிசிலதிகமாச்சேர்த்து சாகுபடிசெய்து தீர்வைஜாஸ்திசெய்துகொள்ளுகிறேனெனறுகண்டிரு க்கிறசங்கதியைவிசாரணைசெய்து சமுகத்துக்குத்தெரியப்படுத்தசசொல்லி என்பேரால் இண்டார்சானபிட்டிஷனைக்கொண்டுவந்தெனக்குக்கொ டுத்தான.

அதின்பேரில் ௸சங்கதியைவிசாரணை செய்யவேண்டி ௸விண்ணப்பத தில்க்கண்டிருக்கிறகிராமத்துக்குநானேபோய அந்த ஏரியைப்பார்த்தபோது அதுமுழுவதுமவெடிப்புகொடுத்து கரையில்ச்சிலவிடங்களிலுடைப்பெடுத் துக்கொண்டும்கரைபந்தோபஸ்திலலாமலும் இருக்கிறதுந்தவிர ௸கிராமத்தி லசாகுபடிக்கு லாயக்கான நிலங்கள விஸ்தாரமிருக்கிறதுகளையும்பார்வையி ட்டுக்கொண்டேன.

அப்பாலதாலுக்காமராமத்துமேஸ்திரியைவரவழைத்து ௸ஏரிமராமத்துக்கா க்கபராவர்துதயார்செய்யச்சொன்னேன; அதினபேரிலவன ௸ஏரிக்குள்ளி ருக்கிறமண்ணெடுப்புக்கூலி ரூ (௲); குளுமி[1]கட்டு ரூ (௫௰); கரைக்கட்டுரூ (௬௱); கெட்டனைக்கூலி ரூ (௱); ஆக ரூ (௮௰) இமராமத்துபராவர்துஜாபிதா தயார்செய்துகொடுக்கவாங்கிக்கொண்டேன.

அப்புறமநான ௸கிராமத்துசசிலலறையிசுமுகளைவரவழைத்து சர்க்காரார் ௸ஏரியைமராமத்துசெய்துஉங்களுக்குக்கொடுத்தால நீங்கள்ளத்தனைகாணி ஜாஸ்திசாகுபடிசெயவீர்களெனறுகேட்டதற்கு, தரிசுநிலத்தில (௬௱) ௫– வரைக்கும்ஜாஸ்திசாகுபடிசெய்து, சர்க்காருக்கு (௲) ரூ. வரையிலகிஸ்தி ஜாஸ்தியாய்க்கட்டுகிறோமெனறுசொனனார்கள.

அந்தப்படிக்குஅவர்களிடத்திலும ௸விண்ணப்பக்காரனிடத்திலுஞ் சாகு படிமுசசிலுக்காவாங்கிக்கொண்டு அதைப்பறறிபித்வி யோசித்துப்பார்த்த போது, ௸மராமத்துசெய்யவேண்டியதுஜரூராகவேபித்விக்குக்காணகிறது.

ஆனபடியால௸சங்கதியில் ரயத்துகளிடத்திலவாங்கினசாகுபடிமுசசிலி க்கா (எ), அசல்இண்டார்சுவிண்ணப்பம (க), மராமத்துமேஸதிரிதயார்செய

[1] குளுமி = *sluice.*

துகொடுததசதாஹிபாராவர்து (க), ஆக (௬) தஸ்தாவேஜுகளும இததுட-
னேசமுகததுககுபபித்வியனுபபிவைததிருககிறதுமலலாமல ஃடிவிணணப
பததில்கணடிருககிறமராமததுசெயயுமபடியாத்தலகளுககிஷடமானுல ஃடி
பராவர்திலநமூதுசெயதிருககிற[1] முபலகு அனுபபிவைககுமபடி[2] அசூர்
கஜானுவுககு உததரவாகவேணுமெனகிறசேதிதெரியலாவதாகவுமெழுதிக
கொணடேன.

ரங்காராவுதாசில்தார்தாலுகாஅவினாசி.

[Rańga Rāo, Tāhaildār of the Tālūk of Avināsi.]

(இனை) ஞ்டு (இனை) மீ (இனை) உ-
முகாம செய்க்குப்பை.

[Dated from Neykkuppai.]

[1] நமூது or நமூதுசெய் = *show, exhibit.*

[2] This is vulgarly used for the causal; H.B., 160. I. (*b.*) It should be அனுப்புவிக்கும்படி.

5. *Lowering the Settled Tax.*

ரு – வது. டவுல்மிறுஹாசங்கதி.

நிசிரோபவனி ஜில்லா கலெக்டர் சார்லிசு லஷிங்டன் (Charles Lushington) துரையவர்களுக்கு:

விட்டுக்கட்டி தாலுக்காதாரில ராமசாமியாயனெழுதிககொணட அர்ஜி:

என்னவென்றால ஷ தாலுககாவைசசேர்ந்தநெல்லூர்கிராமததுமகாசனம் ராமய்யன் அசூரிலகொடுதத அர்ஜியில தனனுடையகிராமததில பிராக்குக் குறு(உஎ)காணிவரைககும அதிகமாகததரிசிலசேர்தது டவுலேற்படுததிஜமா பநதிசெயதிருககிறதாகவும ஷ கிராமததுககுபபாய்கிற அபபனூர்க்குரமபில இபபோதுசாகுபடிகாலாவதியில தாராளமாகதணணீர்பாயாமலிருககிறபடி யால நாஙகளெநதவுதவியினுலேசாகுபடிசெயதுசர்க்காருககுபபணஙகடடு வோமெனறும, தனனுடையபட்டாவில்க்கணடிருககிறநிலத்தீர்வைபபணத தில் எவ்வளவாவதுதளளிககொடுககவேணுமெனறுமகணடிருககிறசஙகதி ககு நீர் ஷ கிராமததுககுபபோய அதைசசெம்மையாகப்பார்வையிட்டு அதினு டையபயான்வார்கணடு அர்ஜிபணணிககொளளுமெனறுநியமிதத (ருரு) ஆவது நம்பர்சனனதுசாதாரசுதி.

பமோஜிப்உக்கும் பித்விறுயீ (௲௨) சாயஙகாலம ஷ கிராமததுககுபபோய் அதைசசுற்றிப்பார்த்தபோது சாகுபடிககுலாயக்காகவும தரிசாகவுமஇருககிற நிலஙகளினவிஸதாரததைககணடுகொணடு முதலாவது ஷ கிராமததுககணக கனைவரவழைதது சாகுபடிககணககுககொணடுவரசசொலலித்தாக்கீதுபண ணினேன். அதறகுஅவனகொடுததகணககில், பிராககுபசலிவரைககும் அயன்நன்செயில் சாகுபடி காணி (கஉசுஎ) குழி (அசு) உம, புன்செயில் காணி (உசுசு) குழி (சுரு) பரவல்க்காடு (brushwood) காணி (ரூஉஎ), ஆ காணி (கஅாக) உம் குழி (சுக) மட்டும் சாகுபடியாயிருககிறதுகள். இதறகுச்சாலே ஹால் சாகுபடி நன்செய் காணி (அரூஎ) குழி (கரு) புன்செய் காணி (சுசுரு) குழி (சுஅ) பரவலக்காடு காணி (கருரு) குழி (ரூரு), தோட்டம் காணி (சஎ) குழி (பஎ), ஆக காணி (௲ரு௱ரு) உம் குழி (அஎ). அதையாலபிராககுககுநன் செய் காணி (உகரு) உம் குழி (சுஉ) வரையிலசாகுபடியாகாமலதரிசாய்க்கிட நததுகள. இதுகளிலஜமாபநதிதருணததில (உஎ) காணி டவுலசேர்ததுககொ ணடு, மறற காணி (ரூரு) உம் குழி (சுஉ) உம், தளளுபடிசெயதிருககிறதுகள. ஆகையால அர்ஜிதார்பிராககுககு புன்செய் ஜமாபநதிதருணததிலடவுலுககு அதிகமாக (உஎ) காணி வரையிலசேர்த்துஜமாபநதிசெயதிருககிறதாக, அர்ஜி யிலசொலலியிருககிறததறகு கணககுமூலமாகயாதொரு ருசுவுங காணோம.

ஆனபடியால இதுகளைககுறிததுயோசனைசெயததால இநத அர்ஜிதார்கேட் டுககொணடபடிககு பேரீஜிலஎவவளவுநதளளுபடிசெயதுகொடுககவேண டியசபபிலலாமலிருககிறதினுலே அசூரில்கொடுததஅசல் அர்ஜி (க), கிரா மககணககனகொடுததடவுலசாகுபடிக்கணககு (க), ஆக (உ) உம், இததுடன சமஙகூமததுககு அனுபபியிருககிறசேதிதெரியவேணுமெனறெழுதிககொண டேன.

பெ. ராமசாமி [illegible] தாசில்தார் விட்டுக்கட்டி. [Viṭṭukkaṭṭi.]

(இஎ) ரு (இஎ) ய (இஎ) உ
முகாம் நெல்லூர். [Nellūr.]

6. *Advances to Rayats.*

கூ – வது. வாரக்கச்சங்கதி.

செங்கல்பட்டு (Chingalpat) ஜில்லாகலெக்டர் ஆபீஸ் (இன்ன) துரையவர்களசமுகத்துக்கு:

மதுராந்தகம் தாலுகாதாசில்தார் சையதுசாயிப் (Syud Sâhib) எழுதிக்கொண்ட அர்ஜி:

எனனவெனருல, ஷ தாலுககாவுககு, நாளது தூஉகூடு ஆம் பசலிகருதக் காவிகொடுககவேணடியதற்காககிராமவாரியாய்த்தககாவிபராவர்துதயார்செ யதனுபபசசொலலி, மாஜிதாசிலகாரணய்யங்காருக்கு[1]ததரவுவநது அவா னுபபியஜாபிதாவினபடி வகூன்முபலகுருபாய் (உ௰௲) உம்–உமமிடததுக குஅனுபபிவைததிருககிருேம்; அதைககுடிகளுககுபபடடுவொடாசெயது அசூருககுஇத்திலலாசெயயசசொலலி பித்விபேராலபிறநத கம்பர்சனனது சாதராச்சுது.

பமோஜிப்உககும் பித்விஷ தாலுககாக்கிராமஙகளினபேரில்ப்போயமுதல் அச்சரவாக்கம்மாகாணம் தேஹேவார்[2] சுறறிபபர்த்து, தார்காதாருடைய ஹால்அஹவால்[3] இதுகளைததெரிநதுகொணடு நாதார்குடிகளுககு (௩-க்கு) சராசரி (௰) வீதமும தார்குடிகளுககு (௫) வீதமும்தககாவிகொடுதது வர்கலப் பைவுழவுடைமாடுகள்வாஙகிககொணடு, சீககிரததிலகாலாவதியிலசாகுபடி செயயுஙகோள; உஙகளுககெலலாருககும இவவருஷததில்நலலமழை பெய்துஅதிகஆமதுகிடைககும; நீஙகளசாகுபடி கமமிசெயதால் சர்க்காரில் உங்களபேரில்ஆயாசததுககிடமாகும; மேலுமசாகுபடி செய்திருக்கிறஙல ததுககுத்தானேதீர்வைஜாஸ்தியேற்படுததுவார்கள; எனறுகரம்நரஞ்செயது டவுலுககுஜாஸ்திசாகுபடிசெயயுமபடியாகததிடடமபணணினேன.

அயபுறம்கருஙகுழிமாகாணததுககுததிருமபி காம்வார்சுறறிப்பார்த்தபோது ஷகிராமககுடிகளில பவுததியாகவும்பாரியாகவும்ஹாலற்றகுடிகளாகவுமி ருககிறவர்களைபபார்த்து உள்க்குடிபுறக்குடிகளுககுளளேபவுததிபாரிககுப பதிலாக, சிலர்களுககுவாரக்கங்கொடுதது அவர்களேசாகுபடிசெயயுமபடி யாய் அவர்களிடததிலமுச்சிலிககாவாங்கிககொணடேன. ஹாலற்றகுடி களுககு உஙகளுககுஅதிகவாரக்கஙகொடுககிருேம நீஙகளநிலஙகளைப்பன் ஜர்போடடுவையாமலசாகுபடிசெயயுஙகோள உஙகளுக்குஅகததியஞசர்க் காரிலபேரிஜில்சிலதளளிககொடுபபார்கள; நீஙகளபயபபடவேணடாம்; உஙகளுடையஸ்திதிகளையெலலாமஅசூருககுததெரியபபடுததி இனனந்தசு கூலி[4]முதலானதுக்ளுககுஜாஸ்திவாரக்கமவாஙகிககொடுககிறேன; எனறுதி லாசாசொலலியும தூறறுககு (௰௫) விழுககாடுதககாவிகொடுததும எனனல

[1] For ராமய்யன், an ordinary name, and அய்யங்கார், a caste title of certain Brâhmans. See ஐயன் and காரன்.

[2] From village to village.

[3] The state and affairs of eacl

[4] நககலி = உழவுகூலி ploughing

கூடியமுயற்சிகளெல்லாஞ்செய்து அவர்களிடத்திலசாகுபடிக்குமுசசிலிக காவாஙகிககொணடேன.

பிறபாகொளது ஸ்ரீ ம௨௨ மலைவையாலூர்மாகாணத்துககுவநதுசேர்ந்துதக காவிபட்டுவொட்டாசெய்துகொணடுவருகிறேன என்கிறசேதிசமக்ஷமத்துககுத தெரியலாவதாகவெழுதிககொண்டேன்.

[illegible]

(இனை) ஞ (இனை) ஸ்ரீ (இனை) உ
முகாம மலைவையாலூர்.

N. B. This is a specimen of the Tamil often used by Musalman officials. It is full of Hindūstānī (§ 187): thus,

[illegible] = [illegible];

ஆமுது = இலாபம்;

தார் and பைதார்குடிகள் *tenants with and without capital;*

மயத்தி, பரரி, நாதாரப், as epithets of குடிகள், mean respectively *dead, fugitive and destitute tenants,* whose lands are made over to others;

[illegible] *out of cultivation* = தரிசு.

7. *Temple Lands.*

[Here the புள்ளி is often purposely omitted.]

எ – வது. தேவஸ்தானசங்கதி

கடலூர் ஜில்லா கலெக்டர் ஜான் டெண்டு (John Dent) *துரையவர்களெழுதததகு :*

மனுர்குடி தாலுககாதாசில பதுவை சிதம்பரபபிள்ளை எழுதிககொணடபிடஉடியன் :

ஒன்னவெனருல ஷதாலுககாகசுபாகிராமததுதேவஸதானம வேணு கோ
பாலசுவாமியார்கோவில் பரிசாரகம்[1] வெங்கடடராமய்யங்கார் எனகிறவர்
அசூரிலகொடுததபிடடீஷனில தமமுடையதேவஸ்தானததுககுவருகிறமோ
யினிரு (௬௱) இல்நிததியபடிபூசைச்செலவு ரூ (௩௱) அதிகபபடி[2] (sundry
expenses) பஞசபர்வங்களதிருமஞசனம்வகைராசசெலவுரூ (௱௫௰) ஆக ரூ
(௪௫௰) போய் மோயினியில்பூசைமிசசமிருபபு ரூ (௧௫௰) உம் பெருமாளு
ககு பிரமோசசவம பணணுகிறததுககுபோராமையினுலே முனனுலேதீவா
ணததார்ஷ தேவஸ்தானஙகிராமஙகளைஜப்திசெயதுகொணடு ஏற்படுததிய
நம்பர்இடடபபடிககு ரூ (௬) உம் மோயினிசெயதுகொடுககவேணுமெனறு
போர்ட்டில்பிடடீஷன்கொடுததறகு கலெக்ட்டர் மூலமாகததெரியபபடுததி
ககொணடால் அதைககுறிதது ஆலோசிபபோமெனறு போர்ட்டாருததரவு
கொடுததிருககிறபடிககு அநதமோயினிச்சஙகதியைவிசாரணைசெயது என
னுடையவபிபபிராயசகிதமாய, தெரியபபடுததிககொளளசசொலலி என
பேபரல்இண்டார்ஸ் ஆனபிடடீஷனைககொணடுவநதுகொடுததார்.

அதுசஙகதிவிசாரணைககாரமபிதது தீவாணததார்கள்ஷதேவஸ்தானததுக
கேற்படுததியநம்பர்இடடக்கணககுகளைப்பார்வையிடடபோது ஷதேவஸ்தா
னததினகிராமஙகளைத்தீவாணததார்ஜப்திபணணிககொணடு ஷகோயில்ச்செ
லவுககாக (௬ ரூ) மோயினியேற்படுததினதாகவும அநதபபிரகாரமபிரமோச
சவமுதலானதுகளநடநதுவநததாகவும ஷபிடடீஷனில்கணடிருககிறதுநிச
மாய்க்காணுகிறது ஆனுலஷபிடடீஷனருடையதகபபனும அபபோதிரு
நதகோயிலமணியக்காரனும்லகோபிததுககொணடுவருஷாநதரததிலவர்ஙகப
படடிருநத—ரூ (௬) உம்— ஷதெய்வாலயததுககுசசெலவுசெயதுபோடாமல
தஙகளுடையசொநதச் செலவுககுசசிலபணததைவழககமாகயாடிககொ
ணடுவநதபடியால, அதுசங்கதிசர்க்காரிலதெரிநது (௪௱) ரூ ஆகஷமோயி
னியைக்குறைதது மறறரூ (௫௱) உம், அஜூர்கசானுவில்த்தானேதேவஸ்தா
னதரப்பில்[3]சேர்ததுவைததிருககிறுர்கள.

இதினபேரில் இநதபபிடடீஷனருடையகடததைகளைககுறிததுவிசாரிதத
தில இவர்காரார்மனுஷரெனறும மோயினிபபணததில துரோகஞசெயயாமல

[1] S. = *guardianship.* [2] Here '*ordinary and extraordinary expenses*' are meant.

[3] *தரப்பு, தரவு, தரம் list, accompt.*

தெய்வாலயததுககுசசெலவுசெயதுபோடுகிறவரெனறும நமபிககையுள்ளவரெனறும சுவாமிகாரியததிலவிசுவாசமுடையவரெனறும தெரியவருகிறபடியால, ஆதியிலதீவாணததார் எற்படுததியஸ்கீமபர்திட்டபபடிமோயினிசெய்துவைதது பிரமோச்சவமுதலானதுகளநடபபிககுமபடி உததரவுகொடுககவேணடியது அவசியமானதாககாணபபடுகிறது.

ஆனபடியாலபிட்டீஷனர்கேடடுககொளளுகிறபிரகாரமபோர்டாரவர்களுககுத்தெரியபபடுததி அவர்களுததரவினபேரில் இவர்நடநதுகொளள்வேணடியதறகாக பிட்டீஷனரிடததிலஜாமீனவாஙகிககொணடு முபலகுமஜகூர்கொடுககலாமெனகிறசேதிதெரியலாவதாகவெழுதிககொணடேன.

பு. சிதமபரபிடடாரிலதாலுசசே மனனூர்குடி.

(இனன) ஞூ (இனன) மீ (இனன) உ
முகாம் மன்னூர்குடி.

8. *Watercourse.*

௮-வது. தூம்புச்சங்கதி.

திரிசிராப்பள்ளி ஜில்லாக்கலெக்ட்டர் உவிலியம் சாந்தர்ஸ் (William Saunders) *துரையவர்களவர்கள்சமுகத் துக்கு:*

கட்டளைதாலுகாதாசில், வே. அப்பாசாமிமுதலியெழுதிக்கொண்ட அர்ஜி:

ஷை தாலுககா ராயபுரம் மாகாணததுககுப.பாய்கிற தலைககாவேரிக்குரமபு அடைபடடுபபோனதினாலே, ஷைமாகாணததைசசேர்நதகிராமஙகளமுழுவ துமவிளைவிலலாமல்பாழாபபோகிறதாகவும, அதறகுவேணடிய தர்துதுசெ யயசசொலலியும, நாளது மீ ௰௨ உ இல் பிறநத (௩-வது) நம்பர் பர்வாணு சாதரா சசுது.

உததரவினபடியே ஷைகுரமபுபார்ககிறதறகாக நாளது மீ ௰௩ உ காலமே நான்தலைககாவேரிககுப்போய், அவிடமெஙகுஞ்சுறறிபபார்த்தேன. பார்த் தவிடததில் தலைககாவேரியில ஆம்ராவதி கலபபுமுதல் ராயபுரத்துககுஅருகா மைவரையில, பழையவெள்ளததினாலே குரமபிணபககஙகளிலே(க)கெசஉய ரததுககுமணலமேடுகொடுததிருககிறதுமலலாமல குரமபுக்கரையிலிருநத பாம்புகளை யெலலாம பேர்ததுககொணடும, அதறகுசசமீபததிலிருககிற வாககாலினுடைய குதிரைமுகத்துததெனன மரஙகளை யெலலாமசலததில டிததுககொணடும, வாககாலசசமீபததில் உடைபபுகொடுததும, இபபடியே பாதாகவிருககிறதையுஙகணடேன். ஷைகிராமததினுடைய இசமுகளைவரவ ழைததது, இதுவரையிலிநதககுரமபுஇபபடிகெடுதலாய்ப்போயிருககிறதெனறு, நீஙகளசர்க்காருககுறதெரியபபடுத்தாமலிருநததெனனவெனறு, அவர்க ளைககேடடேன. அதறகுஇநததடவைவநதபிரவாகததாலேதான இநதககுர மபழிநதுபோனதினாலும அபபோதைககபபோதிதைககுரமபைப்பார்ததுக கொணடுவநத மணியககாரர் இநதச்சேதியைச்சர்க்காரில தெரியபபடுதது பநதோபஸ்துசெயது கொடுககிறேனெனறுஎஙகளுககுசசொலலியிருநததி னாலும ஜமாபநதிக் காலாவதி சமயமானதினாலே எலலாமஅபபோது தெரியபபடுத்திககொளளலாமெனறும இருநதுவிடடோமெனறு அவர்கள சொனனார்கள.

அதின பேரிலநானயோசிததுபபார்க்குமளவில ஷைகுரமபுப்பெநதாகுமப டிச்சம்பவிததத்தக்சீர்[1] ஷைமணியககாரன பேரிலிருககிறதாகததெரியவநதது.

ஆனபடியால அதைககுறிதது ஷைகுடிகளைததெண் (see தண்) டிககிறதறகு இடமிலலாமலிருநததினால, ஷைகுரமபுககுவேணடியமுயற்சிசெயயுமபடி யாக பித்வி அவிடததிலதானேகுரமபுத் தலைபபில் கசசேரிபணணவாரமபி ததேன; ஷைகாவேரியாறறில எககல்கொடுததிருநத மணலகளையெடுததுப படுகையில்க்கொடடுவிததேன; உடைபபிலபுதுசாக வாககாலை கடடி குதி

[1] = குறறம் (AR.).

ரைமுகமவைபபிததேன; குராமபுத்தலைபபில்பாமபுபினனிககட்டி நீரடைந்து சனஙகளைவிடடுத்தலைககாவேரிமுதல்க்கரையொதுககி சலஙகொணடு வநது பலகைகமுழுகி மணல்களையாற்றில்ப்போககுவிட்டு வேணடியபந்தோபஸ்துசெய்விததேன; அதினாலேதாராளமாகக்குராமபிலேதணணீர்வருமபடியாக பித்விகூடியமுயறசிகளசெயததினபேரில அனறைய தினஞசாயஙகாலநதானே யாதொருகுறுமிலலாமல கழுததளவுதணணீர்வநததைப்பித்விகணணாலேபார்லையிட்டு மறுநாளதாலுககாவநதுசேர்நதேன. மறுநாளபுருஷபபிரமாணததணணீர்வருகிறதாகவும, வயல்களில் சலகதேஙகிநிறகிறதாகவும குடிகளசாகுபடிககுளததனபபடடுவேர்கட்டியுழுதுகொணடிருககிறதாகவும பேஷ்க்கார்ஓலையெழுதினான.

மேல்க்கணடகுராமபிலுடைய தணணீர்த்தாழ்வுமணியககாரனாலே சமபவிததிருககிறபடியால, மேறபடியானுககுஜுர்மானா விதிதது, இனிமேலிபபடி அஜாககிரதையாயிராமல்ப்படிககு, ஜோர்தாககீதுசெயயவேணடியசேதி, சித்தர்துககுவிசிதமாகவேணுமெனறுஎழுதிககொணடேன; உததாரவுவருகிறபடிநடநதுகொளளுவேன.

வே. அப்பாசாமி தாசிலதார் தாலுகசேட்டம்.

[illegible]

[illegible]

N. B.? This is an especially useful, well written report.

9. *Alleged Bribery in regard to Blighted Crops.*

கூ—வது. சாவிச்சோதனைச்சங்கதி.

திருநெல்வேலி ஜில்லா கலெக்டர்ஜான்-காட்டன் (John Cotton) துரையவர்களைமுதலானு:

ஆத்தூர்திருமங்கலம்தாலுக்காதாசில் [illegible] எழுதிக்கொண்ட அர்ஜி:

என்னுடைய தாலுக்காமஞ்சுகூர்பிடாரிகோவில்மாகாணத்தைச்சேர்ந்த தென்கரைப்பட்டிகிராமத்துக்குடி சென்னமத்தேவன வகையறாக்கள் போனவருஷம் உஅ ல் அனுப்பிக்கொடுத்தபிட்டிஷனில சதரு கிராமத்துச்சாவிச்சோதனைசெய்யவேண்டியதற்காக, அனுப்பியிருந்தகேமி (for நயமி) த்துவசந்தசிவாபத்தமீனா ராமசாமி அய்யனென்கிறவன சாவிச்சோதனைசெய்த போது, இவ்விடத்தாஙன்செய்இல—கூஉ—ஓ—வரைக்குஞ்சாவியென்று அனுப்புக்குஅர்ஜியெழுதி உங்களுக்குப்பிரயத்து[1] செய்துவைக்கிறேனென்று, கூடிகிராமத்துக்குடிகளிடத்தில்—ரூ—ஆ—மட்டும்லஞ்சம்வாங்கிக்கொண்டு, கூடியான் சொன்னபடிசெய்யாமல், வேறேவிதமாக அர்ஜியெழுதினபடியால நாங்களவனுக்குக்கொடுத்தபணம எங்களுக்குக்கிடைக்கும்படி செய்யவேணுமென்று கண்டிருக்கிறசங்கதியைவிசாரணைசெய்து கூடிவிசாரணைசெய்ததில் வாங்கப்பட்டதஸ்தாவேஜுகள்சுத்தாம், உன்னுடையஅபிப்பிராயத்தையும், இத்திலாசெய்யவென்றுசொல்லிய—சகூ—வது—நம்பர் தாக்கீது எனக்கு வந்தது.

உத்தரவின்படியே, கூடிசங்கதியைப்பத்விவிசாரணைசெய்யவேண்டி, பேஷ்கார்மூலமாக கூடிகிராமத்துக்குடிகளெல்லோரையுந்தாலுக்காக்கச்சேரிக்குவரவழைத்து, அதைக்குறித்துஅவர்களைவிசாரணைசெய்தபோது, கூடிகிராமத்தில் இக காணிசாவியாகவிருக்கிறதாகவும்; அதுகளைகூடிதரியாபத்துஅமீனா உஒ காணி என்று, அனுப்புக்குஅர்ஜியெழுதி, உங்களுக்காதாயஞ்செய்துவைக்கிறேனென்றுதங்களோடே சொன்னதாகவும்; அதின்பேரில்சென்னமத்தேவன் என்கிறவன கூடிகாரியத்துக்காக, ரயத்துக்களிடத்தில் வரிபோட்டு, பிராதில் கண்டதொகையைவசூல்செய்து, கூடிராமசாமிஅய்யனுக்குக்கொடுத்ததாகவும க பேர்வாக்குமூலமெழுதிவைத்தார்கள. கூடிகுடிகளுடையசாக்ஷிகளை விசாரணைசெய்ததில், கூடிலஞ்சப்பணங்கொண்டுபோய் கூடிஅமீனாவுக்குக் கொடுத்த ஏகப்பிராதில்சொல்லப்பட்டி ருக்கிறமுத்துப்படையாட்சியென்கிறவன் நான்தான கூடிபணங்கொண்டுபோய் கூடிஅமீனாவுக்குக்கொடுத்தேனென்றுவாக்குமூலமெழுதிவைத்தான. வேறேமூன்றுசாக்ஷிகளிலொருவனாகியசாமிக்கவுண்டனென்கிறவன் அவனும்இவர்களும்கூடிஉடம்படிக்கை பேசினபோதுதானகிட்டவிருந்ததாகவும, ஆனாலஅப்படியேஅவர்களவனுக்குப்பணங்கொடுத்ததுமாத்திரம தனக்குத்தெரியாதென்றும வாக்குமூலமெ

[1] பொருத்த (Ar.) இலாபம்.

முதிவைத்தான். ஷ கிராமத்துத்தண்டல்க்காரனுங்கணக்கனுமாகியமற்றஇரண்டுசாக்ஷிகளும் ஷ யார்கள் ஷ ஷ்டப்படிக்கைபேசினபோதும், அப்படியே அவனுக்கு ஷ பணங்கொடுத்தபோதும், தாங்களிட்டவிருந்ததாகவும், வாக்குமூலமெழுதிவைத்தார்கள். பிரியாதிகள்சொன்னதுகளநிசந்தானென்று ஷ தரியாப்த்து அமீனைவிசாரணைசெய்ததில், தான் ஷ கிராமத்துச்சாவிசசோதனைக்குப்போனவிடத்தில், இந்தக்குடிகள் ஷ பிராதில்க்கண்டிருக்கிறபடிகானதங்களுக்குச்செய்தால், எனக்கு ஷ தொகையைலஞ்சங்கொடுக்கிறதாகவென்னுடுபேசினார்கள். நான்சர்க்காருக்குத்துரோகஞ்செய்து, உங்களிடத்தில்லஞ்சம்வாங்கமாட்டேனென்றுசொல்லி, உள்ளதுள்ளபடியேசர்க்காருக்கு அர்ஜிஎழுதினதைப்பற்றி, ஷ குடிகளென்மேல் அபாண்டமாக இநதப்பிராதைக்கற்பித்தார்கள் ' என்றுவாக்குமூலமெழுதிவைத்தான். இதினபேரில் ஷ சங்கதியினுடைய நிசந்தெரியவேண்டி, தாலூக்மஜ்கூர்முஜூமுதாரை ஷ கிராமத்துக்கனுப்ப; அவர்போய்ப்பார்வையிட்டதில, ஷ பிராதிலகண்டிருக்கிறநிலத்துக்கே ௬ காணி-குறைச்சலாய், ௰௯-காணிமாத்திரமேசாவியாகவிருக்கிறதாய் அறிக்கைசெய்தார்.

இதுகளின்பேரில்பிச்வியோசித்துப்பார்க்குமளவில், ஷ குடிகள்சொல்லிய ௨௯ - காணி - இகுறைச்சலாகவும், முன்னெழுதியதரியாப்த்துஅமீனுரிப்போர்ட்டினபடி ௰௯ - காணி - சரியாகவும், முஜூமுதார்ரிப்போர்ட்டினாலேநிசம்தெரியவருகிறபடியால், ஷ தரியாப்த்துஅமீனுராமசாமிஅய்யனுக்கு ஷ குடிகள்லஞ்சங்கொடுத்ததாகச்சொல்லுகிறதைநம்புதலசெய்யப்பித்விக்குச்சமுசயமாயிருக்கிறது; ஆகையாலஇதைப்பற்றிமுறப்படிசமக்ஷமத்தில்[1] விசாரணைசெய்து, குற்றம்யராய்க்க[2]வேண்டியதாகத்தோன்றுகிறது.

ஆகையால்இதுசங்கதியில்பிராதிகளிடத்தில்வாங்கினவாக்குமூலம் (௯), சாக்ஷிவாக்குமூலம் (௨), தரியாப்த்துஅமீனுவாக்குமூலம் (௧), ஷ அமீனுமுன்னெழுதியசாவிஅறிக்கைக்கணக்கு (௧), அசல்பிட்டீஷன (௧), முஜூமுதார்ரிப்போர்ட்டு(௧), ஆக (௰௫) தஸ்தாவேஜுகளும, இதற்குள்ளடக்கஞ்செய்து, அனுருக்கனுப்பியிருக்கிறதுமல்லாமல, பிராதிகள்[3]சாக்ஷிகளிவர்களையுமஇத்துடனகூட்டவனுப்பியிருக்கிறசேதி (செய்தி) யுஞ்சமூகத்துக்குத்தெரியலாவதாகவெழுதிக்கொண்டேன.

வே. வரதராஜமுதலி தாசில்தார் தாலூகே ஆம்பூர்திருநகர்.

இனா ஞ இனா மீ இனா உ
முகாம் ஆம்பூர்திருநகர்.

[1] சமக்ஷம் = சமூகம், சந்நிதி. [2] For ஆராய்.

[3] See பிரிவாது, often written பிராது.— பிராதி is 'a complainant.'

10. *Registry of Lands.*

௧௰-வது. கோசந்தாக்கல்[1] சங்கதி.

திரிசிரபபளளிஜில்லாகலெக்ட்டர்தென்ரி-டிக்கின்சன்-துரையவர்களசமுகததுககு :

லால்குடி தாலுககாதாசில் ஆ. பொன்னரங்கமுதலியெழுதிககொணட அர்ஜி :

எனனமெனறுல ஷதாலுககாவைசசேர்நத தென்கரைமாகாணம் ககபா கிராமத்து மகாசனம் மாணிக்கரெட்டி எனகிறவன, தனனுடையநிலஙக ளைதானஇபபோதுவிறறுபபோட்டபடியால, ஷநிலஙகளைவாஙகிக்கொணட வெங்குவையன்பேரால கோசந்தாக்கல்செயதுகொடுக்கவேணுமெனறு, ஷ யான் அசூரிலகொடுததவிணணபபததில்கணடிருக்கிறசஙகதியைத்தரியாபத் துசெயது, அசூருக்குததெரியபபடுததசசொலலவி. பிக்விபேராலஇண்டார்சா னபிடடிஷனைக்கொணடுவநதுகொடுததான.

பமோஜிப் உக்கூம்ஷநிலஙகளைவிக்கிரயஞ் செயதவிணணபபக்காரனை யும அதைவிலைக்குவாஙகிக்கொணடவெஙகுவையனையும தாலுக்காக்கச் சேரிக்குவரவழைததுவிசாரணைசெயதேன. அபபோதுஷவிணணபபக்கா ரன ஷநிலந்தனனதுதானெனறும் தனபேராலிருக்கிறகோசததை ஷயான பேரால தாக்கல்செயதுகொடுக்கவேணுமெனறுஞ்சொனனுன். விலைக்குவா ஙகினவனதான் ரூ௧௱ காணி நன்செய்நிலமவிணணபபக்காரனிடததில் ரூ ௨௧௰ இ கிரயமாகவாஙகினதாகவொருகிரயசாசனம்ஆசர்படுததினுன. இதின் பேரில் ஷநிலஙகளைக்கிரயஞ்செயதுகொடுததவிணணபபக்காரனபேரால, அநதநிலம் கோசநதாக்கல் ஆகிப்பட்டாபிறநதிருக்கிறதாவெனறுதாலுக்காவி லிருககிறடவுல்கணக்கைசசோதிததவிடததில, விணணபபததிலகணடிருக் கிறசெக்குபநதிக்குள்ப்பட்டநிலஙகள முன்னைபமாய்ஷசெயதபோது, ஷகி ராமததுபபுறக்குடிகுள்ளபபரெட்டியென்கிறவன்பேரால அதிலதாககலாய், (௧௯) ஆம்-பசலிவரைக்கும மேலெழுதியகுள்ளபபரெட்டிபேராலேதானே பட்டாகொடுததுககொணடுவரபபட்டிருக்கிறதுகள. ஆனதால ஷத்திருதிறவ ருஞ்சொனனது சமுசயததுக்கிடமாய்ககாணபபட்டு, அவர்களிடததில அவர்களசொனனபடிககுமுசசிலிக்காஎழுதிவாஙகிககொணடு, ஷகிராமத துபபட்டாமணியக்காரனகர்ணம்இவர்களைவரவழைதது, இநதவிணணபப ததிலகணடிருககிற செக்குபநதியையுடையநிலம ஆரதெனறு அவர்களைக்கே ட்டேன; அதறகு, (௧௯) ஆம் பசலிவரைக்குமஅதைககுளளபபரெட்டிய னுபவிததுக்கொணடுவநதான; அதினபினபுஷயான்பட்டணததுக்குபபோ னபோது, இநதவிணணபபக்காரனிடததில அதைசசாமிபோகததுக்கட்டுத்து வைததுபபோனுன; அதினபிறபாடுஅதைவிவனதனபேரால்பட்டாவில்தாக கலசெயதுகொணடுஅனுபோகிததுவருகிறுன; இதுநாளவரைக்குந்தெரியு மெனறு அவர்கள அததாட்சியெழுதிவைததார்கள. ஷநிலம (௧௯) ஆம் பச லிக்குபபினபும இநதவிணணபபககாரனபேராலகோசநதாக்கலாயிருக்கக்

[1] [illegible] a registration of village lands.

சாணறபடியால, ஒருததனுடையநிலததைநீயெபபடிவிறபாயென்றுவிணண பக்காரனைவிசாரிததவிடததில, அவனமேலெழுதியகுளளபபரெடடிபட டணமபோனபோதுஎனக்குக்கிரயமபணணிக்கொடுததான, ஆனாலஅபபோ தே அதைககோசநதாக்கலசெயதுகொடுக்கஅவனுககுச்சாவகாசமிலலாமல போயவிடடான; அவனவநதபிறகுகோசநதாக்கல்செயதுகொளளலாமெ னறெணணிக்கொணடிருக்கையில ஃகுளளபபரெடடி அவிடததிலிற நதுபோயவிடடதாகச்சமாசாரமவநதபடியால அதைககோசநதாக்கலசெயது கொளளவிடமிலலாமலபோச்சுதெனறுசொலலி, ஃகுளளபபரெடடியெழு திக்கொடுத்ததாகவிக்கிரயபததிரம (க) ஆசர்ப்படுததி அததாட்சியுமெழுதி வைததான. அதினபேரில்பித்விதஜ்விஜ்செயதவிடததில ஃகுளளபபரெடடி அநதக்கிராமததைவிடடுபபோனபோது, இநதவிவாதநிலததைஇநதவிணணப பக்காரனிடததில்சாமிபோகததுக்குஅடைததுவிடடுபபோய், அஙகேதானே அவனிறநதுவிடடதினாலே, இவனஃநிலததையபகரிககிறநிமிததம, தப்பு தஸ்தாவேஜு உணடுபணணிக்கொணடு; அநதநிலததைவெஙகுவையனென கிறவனுககுக்கிரயபபடுத்தி, கோசந்தாக்கல்செயதுவைக்கவநதவனுக்குத்தோ னறுகிறதுமலலாமல, இனிமேலாராவது ஃகுளளபபரெடடியினுடைய பா ததியஸ்தர்கள சிவிலுககுபபோவார்களெனறுமதோனறுகிறது. ஆனபடியால இநதவிஷயததைககுறிதது, (உ) ஸ்ரீ இ தவணைகொடுதது தணடோரா[1] மூல மாகஇதைபபிரசிததபபடுததிவைததது, அதறகுயாரும்ஆக்ஷேபணைபணணுமலி ருநதால பினபுதானஇதுகோசந்தாககலாகவேணடியிருககிறது.

ஆகையால விணணபபககாரனுமவெஙகுவையனும ஏற்படுத்திக்கொடுததமு சசலிககா (ங), ஃவெஙகுவையனஆசர்ப்படுததியகிரயசீட்டுககுநகல (க), பட்டாமணியககாரனகளுக்கள் அத்தாட்சிகள (உ), விணணபபககாரன் ஆசர்ப்படுததியகிரயசாசனததுககுநகல (ச), அவனஎழுதிவைததவாககுமூ லம் (ச); அசலிண்டார்ச்விணணபபம (க), ஆக தஸ்தாவேஜுகள (அ) உம, இதற்குளளட்ககளுசெயது சமுகதிமததுககுஇருகிறவரையுங்கூடடிஅனுபபி வைததிருக்கிறசேதி, காவிநத்வர்களுக்குஇததிலாவாகவேணுமெனறுஎழுதி ககொணடேன.

ஆ. [illegible]

[illegible]

[1] Sound of drum.

11. *Boundary Dispute.*

கக-வது. எல்லைவழக்குத்தீர்க்கை.

மதுரைஜில்லாக்கலெக்டர் ராபட்டு-பீத்தர் (Robert Peter) துரையவர்களைமுகத்துக்கு:

அருள் காப்பு சிரஸ்தார் சே. [illegible] எழுதிக்கொண்ட அர்ஜி:

என்னவென்றால் இகத்ஜில்லாவைசசேர்ந்த துவரஙகுறிச்சிதாலூககாவிலாரி
மலைகிராமததுககும அதற்குச்சமீபததிலிருககிற தொண்டைமானூர்சிமை
யைசசேர்ந்த பாளையஙகிராமத துககும வெகுகாலமா அடிக்கடிஎல்லைத
தகரார்சமபவிததுககொணடிருககிறதாகவும, அதினால அவவிரணடுகிராமதது
ககுடிகளுககுஞசணடைகளநேரிடடுககொணடிருககிறதாகவும, அபபடிககு
இனிமேல் அவர்களுககுளளேசச்சரவுவராமலிருககுமபடிககு வேணடியபந
தோபஸதுசெயயவேணுமெனறும, டிதொணடைமானூர்சிமையைச்சேர்ந்
தபாளையஙகிராமததுககுடிகளஅருருககுததபாலமார்க்கமாகஅனுபபிவைதத
விணணபபததைககுறித்துவிசாரணைபணணி, அதறகுவேணடியசாகிரதை
செயகிறதெனறுபித்விபோலசாதரான (மஎ) வது-நம்பர் இஞயததுஹாமாசு
தாரச்சுது.

பமோஜிப் உக்கும டிவிணணபபததைபபடிததுப்பார்த்துககொணடு, உட
னேபித்விஅருர்ரிககார்டிலிருகத டிகிராமததினுடையபைமாய்ஷ்கணககை
யெடுததுககொணடு, நம்மசாகத்து விலாரிமலைகிராமததுககுபபோய, டிபை
மாய்ஷ்கணககிலிருககிறபடிககு, டிகிராமததுககணககிலதாககலாயிருககிற
தாவெனறுபார்த்துககொணடேன; அதினபேரிலகமமுடையசாகத்துவரை
யிலுபைமாய்ஷ்கணககிலிருககிறபடிககுபைமாய்ஷ்செய்துசோதித்துககொண
டேன; அதினபிறபாடுடிபாளையஙகிராமததுககு அதிகாரியானதொண்டை
மானுககு அர்ஜியெழுதிககொணடேன; டிசமீனதார்மூலமாகபபாளைய
ஙகிராமததுககுடிகளைவரவழைதது, உபயததிரான்சஹிதமாகபித்விஇரணடுகிரா
மஙகளுககும்மததியிலிருககிறசாகததினிடததுககுபபோயிருநதுகொணடே
ன; பிறபாடுஉபயவாதிகளையுமபார்த்து, உஙகளில அவரவர்களுககுககொடு
ததிருககிற படடாவிலக்கணடிருககிறபடிககு, நிலஙகளையளநது, சாகத்து
வசப்படுததி, அவரவர்களுககுககொடுததுவிடடால, நீஙகளஎல்லைகளைககுறி
தது, இனிமேலயாதொருசச்சரவுமபணணுகிறதில்லையெனறுமுசசிலிக்காககொடு
ககவெனறு, உபயவாதிகளிடததிலுமஅதுகளைவாஙகிககொணடேன்: அப
புறமடிபாளையஙகிராமததுககணககிலிருகதபடிககு ஜெரிப்செய்து, அததவிட
ததில ஒருஎலலைக்கல்நாடடினேன; அபபால் [illegible] கிராமததின [illegible]
யளநதுபார்த்தேன; அதிலபைமாய்ஷ்இசோபுககும[1], கிராமநத்தவுக்கணக
குககும, ஜாஸ்திவம காணி-க-உம் குழி-கஅ-உம் இருநததை. அதை
[illegible] டிகிராமநத்தவுல்படிககுநிலததை [illegible] எல்லைககல்நாட்டினேன.

[1] Cr [illegible] account.

ஜாஸ்திநிலததையிரணடுபாகமாகபபிரிததுஇருகிறததாருககுமபினனடிககுவழககுவராமலசரியாய்ப்பஙகிடடுககொடுததுவிடடேன; முனனூட்டிய எலலைககலலுகளையெடுத்துஜாஸ்தியாய்ச்சேர்நதநிலததினபடிசரியானமததியஸதலததிலபோடுவிததேன; மறுபடியிரணடுகிராமததுககுடிகளிடததிலுமஎலலைபாரிககததுமுசசிலிககாவாஙகிககொணடு, பித்வி ஙாளது மீ ௰உ உ அருர்வநதுசேர்நதசஙகதி ஜனாபில்[1] இததிலாவாகவேணுமெனறு எழுதிககொணடேன.

இதுசஙகதியிலபித்வி அருரிலிருநதுகொணடுபோனபைமாய்ஷ்கணககு (க), அவிடததில்போய்க்கிராமககணககனிடததிலவாஙகினடவுல்கணககு (க), சதரஹிஜமின்தாருககுபித்விஎழுதிககொணடஆர்ஜிககுநகல் (க), பாளையஙகிராமத்துடவுலகணககு (க), ௸இரணடுகிராமததுககுடிகளிடததிலுமவாஙகினமுசசிலிககா (உ), ௸நிலஙகளைஅளநதஜெரிப்கணககு (உ), ௸உபயவாதிகளிடததிலுமவாஙகின எலலைப்பாரிகத்து (க), அசலதபாலவிணணபபக்கடுதாசு (க), ஆகதஸ்தாவேஜுகள (ம) உம் இநதஅர்ஜிகருள்மலபூப்செயதுஅனுபபிவைததிருககிறேன.

Car, Chatsunari stupirongr. அருர்.

இனன ஞூ இனன மீ இனன உ
முகாம் அருர்.

[1] = 'Your excellency'; H. *Janāb*.

12. *Settlement of Revenue.*

கஉ-வது. ஜமாபந்திசங்கதி.

தஞ்சாவூர் ஜில்லா கலெக்டர் ஏ-டி-கேம்பல் (A. D. Campbell) துரையவர்களெழுததுகரு: அருள் ஷெட்டிரஸ்தா சேர். இங்லிஷபம்பரிசெழுதிகொண்ட அர்ஜி:

என்னவென்றால, நாளது-௲உ௲௬-ஆம் பசலிககு, கீராமபந்தாலுககாக களுககு ஜமாபநதிசெயயவேணடியதறகாக, டி தாலுககாககளைசசேர்ந்த கிராமக்கணககபபிளளைகள, அவரவருடையகணக்குகள்சுத்தா நாளது மீ யரு உ இஉளளாக, மாயவாங் கிராமததிலஆசர்செயயுமபடிககு, டிகீராமப நதாசிலதரர்களுககுதாககீதுகள அனுப்பப்பட்டிருககிறபடியால், மேல்க்கண் டதேதிகருள்கீர்மாயவாததுககுபபோய், ஜமாபந்திககுஆரம்பிதது, கணககுக ளதயார்செயது, குடிகளைவரவழைதது, முசசிவிக்காவில்லையெழுததுவாஙகி கொணடு, நமககுததெரியபபடுததினுல், உடனேநாம்சதாவுகிராமத்தில் கச்சேரிசெயது, பட்டாகொடுபபோமெனறு, பித்விபோரல்சாதரான-௲௱எ-வது நம்பர் தாக்கீதுவநதுசேர்ந்தது.

பமோஜிப்உக்கூம் பித்வி டி மீ யரு உ மாயவாரததுககுவநது, தாலுககாகு மாஸதாககளையுமஅஙகாமிருமாஸ்தாக்களையுமவைததுககொணடு, ஆசராயி ருநதகர்னனங்கள்போக, மறறவர்களையும்வரவழைததுககொணடு, தஸ்திர திலிருநதபிராக்குடவுல் சாகுபடி கணடுமுதல வசூல் முதலாகியகணககு களையும, கிரக்குநாமாவையும்வைததுககொணடு, சாலேஹால்சாகுபடிகணக குகளைகர்ணங்களிடததிலவாஙகிககொணடு, தன்கிசெயதுபார்த்தேன். போ னபசலியில்விளைவுசெமமையாகவிளைநது, குடிகளுககுவிலைவாசிகூடிவந்த தையும், காலாவதிகிஸ்திபபடிககுபணங்களவசூலாயிருககிறதையும, பித்வி கணககுமூலமாக்கணடுகொணடு, அதிலிருநததரபபிரட்டு[1], நிலபபிரட்டு, தா னியபபிரட்டுமுதலானதுகளையும்கணடுபிடிதது, கிராமஙகளிலிருககிறவழிப போககு, புறயபோககு, சமுதாயம்இநதநிலஙகளதவிர, மறறநிலஙகளைபபிச காமல்கணககில்சேர்த்துககொணடேன். இதுவரையில் ஏற்பாடாய்நடநது வருகிறசாததிர்வைப்படிககு கர்ணஙகளைக கொணடுடவுல் கணககுகளை யும, குமாஸ்தாக்களைககொணடுஅநதபபடிககு இநதுவியில்தஸ்திரததுககண ககுகளையுமதயார்செயதுகொணடு, அதுகளைக்காவிநதவர்களபார்வையிடுகிற இஙகிலீஸ்புஸ்தகததிலுமெழுதுவித்தேன; அநதநதசிலதாரையும்வரவழை தது, அவரவரைககொணடுஅவரவர்தாலுககாகாம்வார்குடிகளையும்வரவழை தது, பட்டாமுசசிலிககாதயார்செயது, அநதநதமுசசிலிககாவில, அவரவா ணடைகையெழுததுவாஙகளததனபபட்டேன. நிஷானிவாஙகினபோது,

[1] See p. [illegible]

சமாதானமாய்கிஷ்தியளிபண்ண (பண்ணின) குடிகளைதவிர, தகரார்சொன்ன குடிகளுடையதகரார்களை விசாரித்தவிடத்தில், தங்களகிராமங்களிலசாகுபடியிலந்தவிரதரிசுநிலங்களையுஞசேர்த்துஜமாபந்திசெய்துபோட்டால, அதுக ளுக்காககாங்களஎவ்விதமாபபணங்கட்டுவோமென்றுசொன்னார்கள். அந்த குடிகளுக்குநானசமாதானஞ்சொன்னதுஎன்னவென்றால, உங்களகிராமங களில, போனபசலியிலசாகுபடிசெய்ததில, உங்களுக்கெல்லாமயாதொரு குருருமில்லாமல செம்மையாகததணணீர்பாய்ந்து அதிகவிளைவுகணடு, உங்கள அதிருஷ்டததினுலேசர்க்காரில்ஏற்படுத்தியநிரககுககு அதிகமாகவி லைவாசிஉங்களுக்குககூடிவந்திருக்கிறது; இந்தபபசலியிலும, காலாவதியில் ஆறறிலேபிரவாகமவந்து, செம்மையாகசசாகுபடிநடந்திருக்கிறது; நீங்கள ஜிராயததுககு[1] ஆரமபிககிறதறகுஆகேதானே, உங்களுக்குதககாவிகொடுக்க பபட்டிருக்கிறது; ஆகையினாலே நீங்களபசலிவாரி[2] டவுலுககுஅதிகமாச்சாகுபடிசெய்யவெணடியதாயிருகக, கிராமத்துசசாகுபடிககுலாயக்காளநிலத நிலேதானேபன்சர்போட்டுவைக்கலாகாது; இனி நீங்கள் இருபூசாகுபடி செய்யும்போது, படுதரிசுநிலங்களையுஞசாகுபடிசெய்யுங்கோள் (கள்); அதுக ளில்சாவி முளைத்தாழ்வு கணடுமுதல்கமமி நீர்ப்பிடிபபு அழுகுகால வறள்ச் சேதம் வெள்ளசசேதம இபபேர்பபட்டகஷ்டங்களிலஏதாவதுஉங்களுக்கு சசமபவிததால, அதறகாகச்சர்க்காரார் உங்களுக்குபபேரீஜில் தளளிககொடு புபார்களென்று இபபடிநான்நிலாசாசொலலியும், கரம்நாம் செய்துங்கே ளாமலதகரார்சொன்னவர்களுக்கு, காம்வாஜிபாய்மினுஹாசெய்யவேண டியிருந்தபடியால, தாசில்தார்மூலமாய அவர்களுடையகைபியத்துதெரிந்து கொணடு, அவரவருக்குத்தகுந்தபடி தளளிககொடுத்து, அவர்களிடத்தில்கை யெழுத்துவாங்கினேன.

இந்தககிராமங்கள்தவிர, சிலகிராமங்களில, முரட்டுத்தனமாகவும, பேயின் சாபாகவும, தகரார்சொன்னவர்களை, மோகூலில்வைத்தும, அதறகும்வழிக்கு வராதவர்களைக் காவிந்தவர்களுக்குததெரியபபடுத்தியும், கிஷ்தியளிவாங்கவே ணுமென்றுசிறுத்திவவந்திருக்கிறேன. இபபோதுஜமாபந்திசெய்யபபடுகிற மாயவரம—விலங்கிமான்—திருவையாறு—கும்பகோணம(ஆ)ந்தகாலுதாலுககா ககளிலும, யாதொருஅரகசதுமிலலாமல்பட்டாவாங்கிககொளளும்படியாக கையெழுத்துகளாகி, தயாராயிருக்கிறகிராமங்கள தஎகூ, தகராரிலிருக்கி றகிராமங்கள ராயஙு காவிந்தவர்களுக்குததெரியபபடுத்திகிஷ்தியளியாகவேண டியகிராமங்கள யஎ.

ஆனபடியால, காவிந்தவர்களகாசுசவாரி விசயஞ்செய்தால; இபபோது ஆசாரயிருக்கிறகிராமங்கள—தஎகூ—க்கு—உம், பட்டாககளகொடுக்கபபட லாமென்றபிக்விககுஇராதாவாயிருக்கிறது. தகராரிலிருக்கிற காம்கரனே—ராயஙு—உம், இன்றையதினத்துககுள்ளாகவாவதுநாளையதினத்துககுளளாகவா வது, அதுகளுக்குவேணடியஎத்துகடைசெய்து, கையெழுத்துவாங்கி, கிஷ்

[1] = Cultivation. See ஜிராயத். [2] Annual. See வாரி.

ராமஙகளுடனேஇதுகளுககுமபட்டாகொடுககபபடலாமெனறும, சராது அரகதது[1] கிராமஙகளாகிய -யெ- உம் - காவிகதவர்களுடையஜனுபில்தானே அவர்களுககுஅக்கல்சொலலிகையெழுததுவாஙகலாமெனறும, பித்விகருத தோனறுகிறது. இநதக கைபியத்து காவிகதவர்களுககு இததிலாவாகவே ஜுமெனறுபித்வியெழுதிககொணடேன.

[illegible]

[illegible]

[illegible]

[1] அரகதது (AR.) = தடை, தடங்கல், hindrance, difficulty.

13. *Embezzlement*

கரு- வது. சிற்றுதாயச்சங்கதி.

திரிசிராப்பள்ளிஜில்லாகலெக்ட்டரவர்கள் (இன்னா) துரையவர்கள்சமுகத்துக்கு:

அரியலூர் தாலுக்கா தாசில்தார் வெங்கடாசல முதலி எழுதிக்கொண்ட அர்ஜி:

என்னுடைய தாலூகாமஜ்கூர் தொட்டியம் மாகாணத்தைச்சேர்ந்த நெல்லூர் கிராமத்துக்குடிகள் ஜமாபந்திமுகந்தமாவில் கையெழுத்துப்போடு கிறதற்குத்தகராறுசெய்ததைக்குறித்து போர்ட்டார் (Revenue Board) அவர்களுக்குத்தெரியப்படுத்தி, அவர்களுடையவுத்தரவுபெற்றுக்கொள்ளுகிறபரியந்தம் மவுஜேமஜ்கூரை அமானியில்வைத்து அதில்விளைகிறமாசூல்களைக் கண்டுமுதல்செய்து சதரிரயத்துகளுடைய உழவுடைவாரம்போக, மற்ற அனுஜங்களைமுழுவதும் விலைவாசிகூடிவருங்காலத்தில்விற்றுமுதல்செய்து, அதுக்குஇர்சால்செய்யச்சொல்லி, நாளது மீ எ உ–இல்பிறந்த–உகூஎ–நம்பர்–சன்னதுபிறந்திக்குச்சாதராச்சுது.

உத்தரவின்படிக்குப் பிந்திஜமாபந்திதீர்ந்து தாலுக்காவந்துசேர்ந்தவுடனே பாதஜ்[1] தாலூக்மஜ்கூர்முஜுமுதார் அண்ணாஜி ராயரையும், இந்தத்தாலுக்காவிலநெடுநாளா உமேதுசெய்துகொண்டிருக்கிறராமாராயரென்கிறவரையும், சதரிகிராமத்துக்குப்போய், அவிடத்தில்விளைந்திருக்கிறமாசூலைச்செம்மையாகப்பார்வையிட்டுப்பின்னடிக்குப்பரக்குவராமல்புள்ளிபார்த்து கணக்கனுப்பிவைக்கச்சொல்லி அனுப்பிவைத்திருந்தேன். அப்படியே அவர்கள்மவுஜேமஜ்கூருக்குப்போய், தாலுக்கா அமீனு, மாகாணம்பேஷ்கார், கிராமத்து இசிம்முதலானபேர்களைக்கிட்டவைத்துக்கொண்டு பார்வையிட்டுப் புள்ளிக்கணக்கனுப்பிவைத்ததாவது;

நஞ்சை பிசானம் வகைரா விளைவு . ஏ கூகு குழிசகூ-க்குத் தானியம சுல கூசகூகூ.
புன்செய்ராகிவகைராவிளைவு . ,, உகஉ குழிகூச ,, தானியம ,, அசுஎ.
தோட்டக்கால்சம்பாவிளைவு . ,, யக ,, தானியம் ,, கஎகூ.
நடுவிளைவுபுகையிலைத்தொகம . பாரத்துக்கு ரூ அய.
மனைக்கட்டுநிவேசனம்தென்
னமரம்வகைராசுவர்ணதா
யம்தொகம . . . . . ரூ அகச[2].

ஆக நன்செய் புன்செய் உள்ப்படதானியம கலம் சசஎக; புகையிலை, தென்னமரம், உள்படதொகம[3] ரூ அகூச.

[1] Or பாரஜ் (AR.) = பிற்பாடு.

[2] There are differing standards of land measurement in various places. Here 8 or காணி (*kāṇi*) = about an acre, or 24 grounds (மனை); a குழி = a square foot; a மனை is 2400 square feet.

[3] தொகம் for தொகை.

இபபடியிருககசதரஹிமாசூல்களை கடடாவுசெயயவேணும, தானியங்கள பழுத்துபோகிறதுகள, எனறுமாகாணமபேஷ்கார்பித்விககுஎழுதினன. ஷகடடாவணியைக்குறிதது ரூபருபிலதாககீதுசெயயவேணுமெனறு பித் விசதரஹிபேஷ்கார், அமினு, படடாமணியககாரன, மவுஜேகர்ணம், இக தகாலுபேர்களையுகதாலுககாகசசேரிககுவரவழைதது, மாசூல்களைககடடா வணிசெயவதில யாதொருவிததியாசமுமிலலாமலகணடுமுதலசெயது சீக கிரததிலஈணடுமுதலகணககனுபபுமபடியாக அவர்களுககுஜோர்தாக்கீது செயது தாலூககா டபேதார்வெங்கடடசனையும், அவர்களையும, ஷகிராமதது ககனுபபிவைததேன.

மேறபடியார்களபோய அறுபபறுதது, கணடுமுதலசெயதுகணககனுபபி யதாவது;

நன்செய்—பிசானம . . . . . . கலம் உகசங.
புன்செய்—ராகிவகைரா . . . . „ கூசக.
தோடடககால்சமபா . . . . „ கூடு.
ஷவிளைவுபுகையிலை பாரம் கந-க்கு . . . ரூ கூய.
மனைககடடு கிவேசன தெனனமரமவகைரா
சுவர்ணுதாயம்மாசூல் கிரயம . . . „ இகக.

ஆக நன்செய் புன்செய் தோடடககால உள்படதானியம கலம் உடுஅச, புகையிலை தெனனமரமவகைரா ரூ இககூ.

முன்முஜுமுதார்உபேதுராமாராயர் இவர்களனுபபியகணககுககு, பேஷ் கார்வகையராப்பேர்கள அனுபபியகணககில, தான்யததிலே கஅகஉ கல மும், ரூபாயில உகூஅ–உ.ம, விததியாசமாயிருநததைபபார்த்து, அவர்கள சிறறுதாயஞ செயதிருககவேணுமெனறுபித்விககுஅபிபபிராயபபடடதின லே, உடனே நாளது மீ ௰சஉ சாயஙகாலம்சதரஹிகிராமத்துககுபபோய்ச் சேர்நதேன; அவர்கள மாசூல்களைககடடிவைததிருககிறஅமபாரங்களையும கடடாவுசெயதவயல்களையும தெனனமரமுதலானதுகளையுமபார்வையிட டேன. முஜுமுதார்வகையரா அனுபபியகணககுபபடிககுவிளைவுகணடிருக குமெனறுமபேஷ்கார்வகையராஉததியோகஸதர்களாயததுகளுககுஷாமீலா[1]ய் சிறறுதாயஞசெயதிருககவேணுமெனறும பித்விககுகாணபபடடு, சதரஹி யுததியோகஸதர்களுககுங்குடிகளுககும மாச்சரியமாயிருககிறஇகிமுகளைக கொணடு, இநதமாறுபாடடினுடையபேதுவாஙகவேணுமெனறு காலுகான வரைககுமஅவிடததிலதானேகசசேரிசெயதுகொணடுதரியாபததுககுஆரம பிததேன. மவுஜேமஜ்கூர் மஜரா சுண்டக்காய்கிராமததுக குடிகளைவரவ ழைதது பேதுவாஙகினதில, மாசூல்களைஅறுததபோது, தாஙகள்கிடடவிருகக தாகவும, முஜுமுதார் அனுபபியகணககுபபடிககுக்கணடுமுதலசெயது, அ கலத்துக்குஜாஸ்தியாகவே குடிகளுமஉததியோகஸ்தர்களுமபங்குபோடடு

[1] ஷாமீல் here = in *combination*, or *collusion* with.

எடுத்துக்கொண்டு,ஷஹரி[1]லிருக்கிறமணடி(காரன் understood)அண்ணாபிள்ளையிடத்துக்குப்பரிசிலின்பேரில் அனுப்பிவைத்தார்களென்றுஞ்சொன்னார்கள். அந்தப்படிக்கு அவர்களிடத்திலவாக்குமூலமெழுதிவாங்கிக்கொண்டேன். அப்புறம்கூடி அண்ணாபிள்ளையினுடையமனுஷன் நெல்லுபிடிக்கிறதற்காக அவிடம்வந்திருந்த திருவேங்கடத்தைவரவழைத்துவிசாரணைபண்ணினதில், நானெப்போதும்இந்தவூரில்வந்துநெல்லுபிடிக்கிறவழக்கம், அந்தப்படிக்குஇப்பவும் நூறு கலம் நெல்லுபிடித்துஅனுப்பிவைத்தேன்; அதுசிறுதாயநெல்லோகுடிகளுடையநெல்லோ எனக்குத்தெரியாதென்றுசொன்னான். நீபிடித்தநெல்புதிசாபழசா? அதுயாரிடத்திலவாங்கினாய்? என்றுகேட்டவிடத்தில், அதுபுதுநெல்லுதானென்றும், கிருஷ்ணய்யனிடத்திலவாங்கினேனென்றுஞ்சொன்னான். அவன்சொன்னபடி அவனிடத்திலவாக்குமூலமெழுதிவாங்கிக்கொண்டேன். பிறபாடுசதாஹ்கிராமத்துக்குடிகளைப்பத்துபேரிலகதிமியாகியகிருஷ்ணய்யனைவரவழைத்து, உழவுடைவாரமுங்களுக்குச்சர்க்காரிலிருந்துகொடுக்கப்படுவதற்குமுன்னம்புதுநெல்லுங்களுக்கெப்படிவந்ததென்றுகேட்டவிடத்தில், இப்போதுவிளைந்தமாசூலில் நன்செய்யில் நூறு கலம் எடுத்துவிற்றுப்போட்டு, நீங்களாவில ஒருபங்கு எடுத்துக்கொண்டு, மற்ற கூ பங்கையும் எங்களுக்குக்கொடுங்கோளென்று பேஷ்கார் அம்ரொடபேதார் இவர்கள்சொன்னார்கள்; அப்படியே அதுகளைவிற்றுப்போட்டு எங்களப்க்குக்குவந்த ரூ உகூ௰-உம்எடுத்துக்கொண்டு, மற்ற ரூ எகூ௰-உம்பேஷ்காரிடத்திலகொடுத்துவிட்டோமென்றும், தேங்காய்புகையிலையிலயாதொருவித்தியாசமும்நடக்கவில்லையென்றுமவாக்குமூலமெழுதிவைத்தார்.

மற்றசில்லறையக்குடிகள் கூ பேரும் நாங்களகிராமமுழுவதும்கதிமியிடத்தில்ஒப்பித்திருக்கிறபடியால, நாங்களயாதொருசோலிக்கும போகிறதில்லையென்றும், எங்களுக்குயாதொன்றுந்தெரியாதென்றும், வாக்குமூலமெழுதிவைத்தார்கள். கணக்கனைவரவழைத்து காராரணக்கண்டுமுதலகணக்குகேட்டவிடத்தில, காராரகமொத்தத்திலதாளியம கலம் சதஅச ணண்டதென்றும, அதிலஉத்தியோகஸ்தர்களசிறுதாயஞ்செய்தது கலம் ஆகூ என்றும், அதுபோக மற்ற கலம் உஎஅச-க்கு கணக்கனுப்பிவைத்ததென்றும, சுவர்ணதாயமாசூலிலும்புகையிலையிலும்இப்போதனுப்பியகணக்குக்காராணகணக்குத்தானென்றும, கணக்குங்கொடுத்து வாக்குமூலமுமெழுதிவைத்தான். மேலெழுதியபுகையிலைதேங்காய்பாபத்தில, என்னாலகூடியமட்டும்பலமவிசாரிச்சும்பேதுஅகப்படாமல்இருக்கிறதுமல்லாமல, நன்செய் புன்செய் தவிர, மற்றமாசூலகள தொகமபார்க்கிறபோது அதிகமாகக்காணும்போலிருந்து, மாசூலசேகரித்தாலகுறைந்துபோகிறவழக்கமாகையாலும, அநேகஞ்சேர்த்துஇவர்களசிறுதாயமபண்ணினார்களென்றெண்ணுகிறதற்கு இடமில்லாமலிருக்கிறது. இதின்பேரிலகூடிகுடிகளுக்குஉழவுடைவாரங்கூடக்கொடாமல, ஆசராகவிருந்ததானியமுழுமையும, என்முன்பாகவேஅளக்கச்சொல்லிப்பார்வையிட்டு, அதுகளைஅம்பாரம்போடுவித்து, முத்திரைவைத்துஜெத்தன்[2]செய்தேன; காவலக

[1] பேட்டை = ஊர், market-town

[2] ஜெத்தன், H. [illegible]

காரனவெட்டியானவனசாரபபேர்களை அதினபேரிற்காவலவைததேன; அரு
கிலிருநது உததரவுவருகிறபரியநதம ஒருமணிசெலவுகூடசேதமவாராமலகா
தது ஒபபிககவேணுமெனறு அவர்களுககுஜோர்தாகீதுசெயதேன; அநதப
படிககுடிகாவலககாரர்களிடததில முசிருசசிவிககாவாஙகிககொணடேன;
மேலெழுதிய மணடி அணணாபிளளைமனுஷனிடததிலும சர்க்காரில அழை
ககுமபோதுவநது ஆசராவததாக ஜாமீனவாஙகிககொணடேன; மேலும
டிசிறறுதாயஞசெயதகுடிகளையுமஉததியோகஸதர்களையுமகாவல்வசஞசெ
யதுகொணடு, இனறையதினநதாலுககாவுககுசேர்நதேன.

ஆனால டிஉததியோகஸதர்களிடததிலவாககுமூலமவாஙகுமபடியான
அதிகாரமெனககிலலாததினாலே, அவர்களைச சமுகததில் விசாரணைசெயது
வாககுமூலமவாஙகவேணடியிருககிறது. மேறகணட குடிகளுககுப்பாரியான
அபராதமவிதிதது அவர்களெடுததுககொணடிருககிறமாமூலைவசூல்செயய
வேணடியிருககிறதுமலலாமல, டி உததியோகஸதர்களைப்பர்தரப்செயது
அவர்களபஙகுபோடடு எடுததுககொணடதொகைபபணததுககுதரடடிபபு
அவர்களிடததிலவசூல்செயயுமபடியாகவுததரவானால, மறறவுததியோகஸ
தர்கள்இனிமேல்இபபடிநடககமாடடார்கள. மேலெழுதிய உமேதுவார்ரா
மாராயரெனகிறவர் வெகுநாளாயிநததாலுககாவில உமேதுசெயதுகொணடி
ருககிறதுமலலாமல மாமிலததுஅலுவல்களில்அனுகததர்பியததாயிருககிறப
டியாலும, இநதச்சிறறுதாயசசஙகதியிலஅவராலபேதுககளமுழுவதுமவாகக
பட்டபடியாலும, டியார்பேரால்தாலுககா அமீனா உததியோகததுககுச்சன
னதாகவேணுமெனறுமிசலுககாக, அவர்அசூர்வநதுசேருமபடியா அவரைய
னுபபிவைததிருககிறேன. சதரஹுசிறறுதாயஞசெயத அமீனா (௧), பேஷ
கார் (௧), டபேதார் (௧), கணககன (௧), கிராமகதிமி (௧), சிலவறைக்குடி
கள (௯), ஆக (௰௪) பேர்களையுமசோகுல்செயது அநுருககனுபபியிருககி
றேன. இதுசஙகதியில்முஜா முதாரணுபபியஉத்தேசபுளளிககணககு (௧),
அமீனாவகைராப்பேர்கள அனுபபியதபபுக்கணடுமுதல்கணககு (௧), பித்வி
சதரஹுகிராமததுககுபபோய்க்கணககனிடததில்வாஙகினகரார்கணடுமுதல்க்
கணககு (௧), புறககுடிகளிடததில்வாஙகினவாககுமூலம (௪), மணடிககார
னமனுஷனுடையவாககுமூலம (௧), ஜாமீன்கத் (௧), கதிமிவாககுமூலம (௧),
சிலவறைக்குடிகளவாககுமூலம (௯), காவல்க்காரன வெட்டியானவகைரா
பபேர்கள முசிருககாவிககா (௫), ஆக தஸ்தாவேஜுகள (௨௪) உம், இநத
அர்ஜியில்மலபூப்செய்து அனுபபிவைததிருககிறேன. இதுவுமலலாமலஇநத
காரியததிலபேதுசொனனடிசுணடக்காயக்கிராமததுக்குடிகள (௪) பேர்களை
யுமஇவர்களுடனேகூட, சமுகமததுககனுபபிவைததிருககிறேன; இநதச
சேதிகளெலலாம்காவிநதவர்களுககுவிசிதமாவதாக எழுதிககொணடேன;
உததரவுவருகிறபடிநடநதுகொளளுவேன.

வெங்கடாசலமுதலிதாசில்தார்.
[illegible]

இசுசனு இனன மீ இனன உ
முகாம் அரியூர்.

14. *Salt-pans.*

கச–வது. அளத்துச்சங்கதி.

1. *The Mortgage to be registered.*

சென்னபட்டணங்கலெக்டராகிய (இன்ன) துரையவர்கள்சமுகத்துக்கு:

எண்ணூர் (Ennore) அளங்குடிசின்ன (= junior) வெங்கட்டராமன் சலாமுசெய்து எழுதிக்கொண்ட அர்ஜி:

என்னமென்றால் ஷடியூரில் என்கைப்பற்று அளம் க௩ உம், என்னுடனே கூட்டாயிருக்கிறஇருங்குன்றம்கிஷ்ணப்பநாயகனுக்கு கு ஷு க்கு காணப்பங் குவைத்து, அவனண்டைமுசத்துவாங்கியிருக்கிறதினாலே, ஷடியானபேரையும் சர்க்கார் கணக்கிலதாக்கலபண்ணிக்கொள்ளச்செலவுகொடுக்கும்படியாயமி கவுமவணக்கமாய்கேட்டுக்கொள்ளுகிறேன.

இப்படிக்கு
தோணி சின்ன வெங்கட்டராமன.
[Dhōṇi Veṅkaṭṭa-Rāman, jun.]

எண்ணூர்
கஅ௱எ ஷ நவம்பர் மீ ௧௪ உ.

2. *Circumstances must be investigated!*

இஜதார்[1]—எண்ணூர்கோட்டாரமஅளத்தஅதிகாரிமுத்துசாமிப்பிள்ளைக்கு:—ப அப்யத்பாஷத்[2]:

தரிவில்லா, எண்ணூர் அளங்குடி தோணிசின்னவெங்கட்டராமனென்கிற வன, ஷடியூரில்தன்கைப்பற்றுஅளம் க௩ உம, இருங்குன்றம் கிஷ்ணப்பநன் பேராலும்சர்க்கார்கணக்கில்தாக்கலசெய்யவேணுமென்றுகேட்டுக்கொண்ட அர்ஜியைஇத்துடனஉமமிடத்துக்குஅனுப்பியிருக்கிறோம; ஆகையாலஅது சங்கதியைதீர்தரியாபத்துசெய்து, உமமுடையரிப்போர்ட்டுடனே அர்ஜிமஜ் கூரையுமஅருக்குவாபஸ்செய்யவும.

முகாம்சென்னபட்டணம.
கஅ௱எ ஷ நவம்பர் மீ ௧௪ உ

மொகாபிலா காசத்திபிள்ளை..
ஹெட்ஜமாப்ரவீஸ்,
எ. ரோபர்ட்சன்கலெக்டர்
சென்னபட்டணம.

3. *Superintendant of Salt-pans. Prodigal exposed!*

சென்னபட்டணங்கலெக்டராகிய (இன்ன) துரையவர்கள்சமுகத்துக்கு:

அர்ஜிதாஸ்த பிதவி முத்துசாமிபிள்ளை அளத்த அதிகாரி, மிகவுமவணக்கத்துடனேசலாமுசெய்து எழுதிக் கொண்டது:

என்னமென்றாலகாளது ஷூத்து உகஉக ஆம் நம்பர் விண்ணப்பக்காரனு கியஎண்ணூர் அளங்குடி தோணிசின்னவெங்கட்டராமன் தன்கைப்பற்று அளம் க௩ உம் இருங்குன்றம்கிஷ்ணப்பநாயகனுக்கு கு ஷு-க்குபங்குவை

[1] A polite form of greeting.
[2] A greeting (= வாழ்க).

ததுமததுவாகயிருசகிறதிஞல, ஷடிகிஷணபபநாயகனபேரையும்சர்க்கார்க ணககில்தாககல்செயயுமபடிககுச்சமுகததில அர்ஜிகொடுததததைககுறிதது, வி சாரணைசெயது அறிகைசெயயுமபடிககு அரூர் உக்கும் சாதராச்சுது.

பிதவி அநதபபடிககுககட்சிககாரரைவருவிததுவிசாரணைசெயதவிடததில, ஷடியான அளததுககுசாமநதஅளககாரஞகிய ஷடியானதகபபன தோணிமலலை யன் என்கிறவன, தனனதாகிய ஷடி கநத அளததையும், தனமகனுடையசமு சாரகாலக்ஷேபததுககாக, கொஞசகாலககுமுனனேகொடுததாயும, அவன இபபோதுதனபெணசாதியைவிடடுவிடடுக்கூத்திசசெலவுசெயது, அதுக காக ஷடி அளததைவிறகஎததனிததிருககிறதால, அவனமாருகப்படிககுசசெய் யாமல, மாமூல்ப்படிககு ஷடியானபேராலமாததிரமிருககவேணுமெனறு ஆக்ஷேபிககிருன. அநதபபடிமறறஅககமபககதது அளககாரர்களும்கிராமகக ணககபபிள்ளையும்கைபியததுநாமா எழுதிககொடுததார்கள. ஷடிகைபியதது நாமாககளையும, அசலஅர்ஜியையும் இததுடனசமுகததுககனுபபியிருககி றேன.

ஆகையால ஷடிவிணணபபககாரனதகபபன தோணிமலலையனஆக்ஷேபனை பபடிககு, ஷடிகிஷணபபாளபேர்சர்க்கார்கணககிலதாககலசெயயாமலிருபப துயுக்தம்[1]ாயிருககிறதெனபதுசிததததுககுவிசிதமாகுமபடிககு எழுதிககொண டேன.

முததுராமபிள்ளை உ அளததுஅதிகாரிகொடடார்மணலூர்.

கஅகஎ ஞு நவம்பர் மீ௳ உஎஉ

முகாமமணலூர்.

4. *A Sidelight. Father consents!*

செனனபபட்டணம்கலெக்டர் (இன்ன) துரையவர்களசமுகததுககு:

மணலூர் அளம்குடி தோணிமலலயர்செட்டிசலாமுசெயது, எழுதிககொணடவிணணபபம:

எனனமெனருல் கஅகஎ ஞு நவம்பர் மீ௳ ௰கஉ இல், எனகுமாரனுகிய தோணிசினனவெங்கடடராமன், சர்க்கார்கணககிலதனபோரவிருககிறஒன் ணே [= ஒன்றே] முககாலஅளமுடி இருககுனறம்கிஷணபபாளபேராலும் தாககல்பணணிககொளளுமபடிககு அர்ஜிகொடுததிருநதான. அதைககுறிதது அளதது அதிகாரிவிசாரணைசெயகையில, நானதைஆக்ஷேபிததிருநதேன. இப போதுஎன்மகன்மேலெழுதியகிஷணபப்நாயகனுககு சிததுபாக்கியாயிருககி றது (என்று) எனககுததெரிநதபடியால, நானதைதயவுசெயது, ஷடிஇருவர்பே ரும்சர்க்கார்கணககிலதாககலசெயதுகொளளும்படிககு, தஙகளகனதைரைமி கவுமபிரார்த்திககிறேன, வேணும, அனேகசலாம்.

√ இதைக்கேட்டு

தோணிமலலயர்செட்டிகையொப்பம்.

மணலூர்.

கஅகஎ ஞு டிசம்பர் மீ௳ க உ.

[1] யுக்தம் = யுத்தம்.

5. *Orders a second enquiry by Salt-pan Overseer.*

இஜூராசர்—முததுசாமிபிள்ளே, அளதத அதிகாரி, கொட்டார்எண்ணூர் :—பர அபிவந்பாவந்த் :

தரிவிலலா எணணூர் அளஙகுடிதோணி வெஙகடடராமனகைபபறறு
அளம் ௩ ௩ உம் இருஙகுனறமகிஷணபபகாயகளுககு ௫ ஞூ ததுககுபஙகு
வைத்துமதத்துவாஙகி இருககிறதிஞல, கூகிஷணபபசனபேரையும்சர்க்கார்க
ணககில்தாககல்செயயவேணுமெனறுஅவனகேடடுககொணடதறகு, கூயா
னதகபபன, தோணிமலலேயன, தனனதாகியகூ ௩ ௩ அளததையுஙகுறிதது,
தனமகனகேடடுககொணடபடிககுசெயயாமல, மாமூல்ப்படிககுத்தனமகன
பேராலமாததிரமஅதிருககவேணுமெனறு ஆக்ஷேபணேஅர்ஜிமுனனேதாககல்
செயதிருககதானே, சதரஹிதோணிமலலாரெடடிதானே, தனமகனகூகிஷண
பபகாயகளுககுபபாககி இருககிறபடியிஞலே, தனமகனபேரும்கிஷணப
பசனபேரும்கூடடாய்சர்க்கார்கணககில்தாககல்பணணிககொளளுகிறதுதன
ககுராஜிதானெனறு, இபபோது காளது ௴ கூ௨ தாககலசெயத அர்ஜியை
உமமிடததுககுஅனுபபியிருககிறோம; ஆகையால அதுசஙகதிகளேமறுப
டியும்விசாரணேசெயது, உமமுடையரிப்போர்ட்டுடனஅர்ஜிமஜ்கூரையும்
அனுருககுவாபஸ்செயயவும.

முகாபிலாசாகததிபிள்ளே உ தேசட்ஜெனப்பஸிக்.
ஏ. ரோபர்ட்சன்கலெக்டடர்.

௩௮௪ ஞூ டிசம்பர் ௴ ௧௨ உ
முகாம்செனனபபடடணம.

6. *All objections met. Overseer's second report.*

செனனபபடடணம்கலெக்டடர் (இன்ன) துரையவர்களசமுகததுககு :

அர்ஜிதாஸ்து பிதலி முத்துசாமிபிள்ளே அளதத அதிகாரி, வணககததுடனேசவாருசெயத எழுதிக கொணடது :

எனனமெனருல் எணணூர் அளஙகுடியாகியதோணிசினனவெஙகடட
ராமன் தன ௩ ௩ அளததையுமஇருஙகுனறம்கிஷணபபசனபேராலேகூட, சர்க்
கார்கணககிலதாககலசெயயவேணுமெனறு சமுகததில அர்ஜிகொடுததுக
கேடடுககொணடபடிககுசசெயயககூடாதெனறுமுன ஆக்ஷேபிததிருகக . .
யனதகபபஞகிய தோணிமலலாரெடடிஎனகிறவன தனமகனஇருஙகுன
றம்கிஷணபபகாயகளுககுப்பாககியிருககிறதிஞல அவர்களஇருவர்பேரை
யும்சர்க்கார்கணககிலதாககலசெயதால அதுதனககுராஜிதானெனறுமறுபடி
சமுகததிலஅர்ஜிகொடுததுககொணடசஙகதியைககுறிததுவிசாரிதது, தஙக
ளுககுரிப்போர்ட்டுசெயயுமபடிககு, சமுகததிலிருநதுகடடளேவநதது.

உககுமபடிககு ககூிககாரரைபித்விலரவழைததுவிசாரணேசெயதவிடத
திலகூசினனவெஙகடடராமனபெணசாதியாகியகாமாகூி (Eye-of-love)
எனகிறவள, கூஇருவர்பேரையும்சர்க்கார்கணககிலதாககலபணணிஞல, கூ
அளம்முழுகிபபோய, தனக்கு அனனவஸதிரததுககு ஆல்பத[1] மிராதெனறு

[1] Means, support.

ஆக்ஷேபித்தான. அதினபேரிலஉனபுருஷனபட்டகட்னதீருகிறவரையில உனகாலக்ஷேபததுககு நான மாதம க-க்கு, உ வராகனையும, வருஷததிலஇரணடுசேலையும்தருகிறேனெனறும; அநத அளததுககுஎதாவதுகலன்[1]நேரிட்டால, எனபேராலிருககிற அளததைஉனககுததருகிறேனெனறும; அவளமாமனுராகிய ஸ்ரீ தோணிமலலாரெட்டி அவளுககுடனபடிககைஎழுதிககொடுதது, அவளையும்சமமதிபபடுததிவைத்தான. கிராமகணககபபிளளையுமஇநதபபடிககுசெயகிறதிலயாதொருஆக்ஷேபணையுமிலலையெனறுஅத்தாட்சிஎழுதிககொடுததான.

ஆகையால, ஸ்ரீவிசாரணையிலவிளஙகியபடிககு ஸ்ரீ தோணிசினனவெஙகடராமனபோராலிருககிற (க௩) அளததையும அவனபேராலுமஅவனுககுமதத்துகொடுதத இருஙகுனறம்கிஷ்ணபபானபேராலுமசர்க்கார்கணககிலகட்டாதாககலசெயவதிலயாதொரு ஆக்ஷேபணையும இலலையெனபதுசித்தத்துககுவிசிதமாகுமபடிககுஎழுதிககொணடேன.

ஸ்ரீ வெஙகடராமனஅளததுககுஅககமபககமஅளக்காரனுகிய ஸ்ரீ மலலாரெட்டிசமமதிததுசமுகததில்க்கொடுதத அசல அர்ஜி அவனதனமருமகளுககு எழுதிககொடுததஉடனபடிககைககுநகல கணககபபிளளை அத்தாட்சி இமமூனறும், இததுடனசமுகததுககுஅனுபபியிருககிறேன வேணுமசலாம.

[illegible] டிசம்பர் மீ ௨௪ உ முத்துசாமிபிள்ளை உ அளத்ததிகாரி.

முகாம் எண்ணூர்.

7. *The Accountant's Affidavit.*

சென்னபட்டணம் கலெக்டர் [illegible] ரோபட்சன் துரையவர்கள் சமுகத்துக்கு

எண்ணூர் அளம் கணக்கு முத்தப்பிள்ளை எழுதிகொடுத்த அத்தாட்சி:

எனனமெனருல், எண்ணூர் அளஙகுடியாகியதோணிசினனவெஙகடராமன இருஙகுனறம்கிஷ்ணபபானகையிலமதத்துவாஙகிககொணடதாய் தனபேராலிருககிற அளம (க௩) உம் அவனபேராலும்சர்க்கார்கணககிலதாககலசெயதுகொடுககவேணுமெனறு அசூரில அர்ஜி கொடுகக, அநதஅர்ஜிபடிககுசசெயதுகொடுககக்கூடாதெனறு முனனேஆக்ஷேபிததிருநதவர்களாகிய ஸ்ரீ சினனவெஙகடராமனுடையதகபபன்தோணிமலலாரெட்டியும ஸ்ரீ வெஙகடராமனபெணசாதியாகியகாமாக்ஷியமமாளும இபபோதுசமமதிபபட்டு ஸ்ரீ கிஷ்ணபபானபேரையும சர்க்கார்கணககிலதாககலசெயதுகொளளலாமெனறுமறுபடியும உஜூரிலஅர்ஜிகொடுததுககேட்டுககொளளுகிறபடியாலும ஸ்ரீ அளததுககாகவேறேஆக்ஷேபணைஒனறுமிலலாதபடியாலும ஸ்ரீ கிஷ்ணபபானபேரையுமசர்க்கார்கணககிலதாககலசெயதுகொளளுகிறதிலேயாதொருவிததியாசமுமிலலை: இநதபபடிநான்சமமதிததுஎழுதிவைததஅத்தாட்சி.

எண்ணூர் அளத்துக்கணக்குமுத்தப்பிள்ளை உ.

[illegible] டிசம்பர் மீ [illegible]

[1] கலன் = கெடுதி, சேதம், விசாதம்.

8. *Copy of the Father's Agreement.*

அசலுடனபடிககைககுசசரியானநகல.

(சஅஉஎ) இல டிசம்பர் மீ (௰௪)உ எணணூர் அனகுடியாநிருகோணிமலையசெட்டியாரவாகள்:

எனகுமகனாயிவாகளஆஜியாருககுஎழுதிககொடுததஉடனபடிககையாவது:

எனனமெனருல, எனகுமாரனுகிய சினனவெஙகடடராமனுககுநான கொடுததிருநத (அளம் கரு) உம் இருஙகுனறம் கிஷணபபாஎ அவனுககும தந்துகொடுததினுல அவனபெருஙகூட்டடாய்சர்க்கார்கணககிலதாககலபண ணிவைகக நானும்சமமதிபபட்டு அர்ஜிகொடுததேன.

அதினுலேவுஅளததுககுஎதாவதுவிகாதமசேரிட்டு உனககுஅவனஅனன வஸ்திரஙகொடாமல்ப்போவானெனறுநீசர்க்காரிலபிரியாதுசெயதுகொண டதினுல எனகுமாரனமதத்துவாஙகிககொணடகடனதீர்ந்து உனனைசசேர்த் துககொணடுஉனககுஅவன அனனவஸ்திரஙகொடுககஆரமபிககிறவரையில உன்காலக்ஷேபததுககாக (மீ க-க்கு) வாரகன் உ-உம் ஒரு (க-க்கு) இரணடுசே லையுஙகொடுததுககொணடுவரககடவேனுகவும.

அபபடிககுநானகொடாவிட்டாலும வுஅளததுககு யாதொருகலன்வநதா லும அதறகுஅய்வேஜாககாக (ஐவேஜா) எணணுாரிலஎனபேராலிருககிற (அளம் கரு) உம் உனககுகொடுக்கக்கடவேனுகவும மேலெழுதியபடிககு கொடாமலஅடடிபடுமாகில, நீகாயிதாபபடிக்குகோர்ட்டில்போட்டு கோர்ட் டுசெலவுடனேகூடடஎன்னிடததிலவாஙகிககொளளவும.

இநதபபடிககுஎனமனோராஜியில்நானசமமதிதது எழுதிககொடுதத உடன படிககை.

தற்குறி √ இராகவீரய

தோணிமலையசெட்டி.

சாகூஷிகள:

தோ. நாராயணசாமி.

இருங்குன்றம பரசராமன்.

இவர்கள அறியவெழுதின அனனசாமிககணககுமுத்துப்பிள்ளையெட்டெழுத்து.

9. *The Collector confirms the Change of Registration.*

[இஜாரானி] முத்துசாமிபிளளை அனத்தஅதிகாரிகொடுத்தஎணணுார் [பா அம்பத்தூரயத்]:

தரிவிலலா, எணணுார் அனஙகுடிதோணிசினனவெஙகட்டராமனபேரால ருககிற (அளம் கரு) உம், இருங்குனறஙகிஷணபபாஎபேராலும் கூடடாய் சர்க்கார்கணககில்தாககலசெய்வதறகு யாதொருஆக்ஷேபணையுமிலலையென றுநீர் (ஜானது மீ யஅஉ) உமமுடையஅர்ஜியில்ரிபபோர்ட்டுசெயதிருககிறப டிககு வுசினனவெஙகட்டராமனபேரால சர்க்கார்கணககிலதாககலாயிரு

கிற கந அளத்துக்கு இருவகுனறம்கிஷணபபாச பேருமகாளதுதேதியில அஜமார்ரிஜிஷ்டர்புஸ்தக ததிலதாககலசெய்விததிருககிறோம்.

ஆகையாலகொட்டார்மஜ்கூர் அஸ்ம ஆசாமிவாரிபுஸதகததிலும கணககப பிளளைககணககிலுமஅநதபபடிககுத்தாககல்செய்விதது,அவர்களைககொணடு வாரக்கம்சாகுபடிமுதலானகாரியமுமஜாககிரதையாய்நடபபிததுககொண டுவரவும (168. c).

(முகாபிலா காலததிபிள்ளை
தேவட்ஜுவாப்ரவீஸ்.)

௲அகஎ ௵ டிசம்பர் மீ ௩௨௨
முகாம் செனனபபட்டணம்.

எ, ரோபட்ஸன்கலெக்டர்.

15. *The Zamīndāri.*

[This is, from first to last, a most useful and instructive document

கரு – வது. ஜமீனசங்கதி.

1. *The Zamīndāri. Who succeeds?*

கடலூர்ப்பார்லெக்ட்டர்ஹைட் (Hyde) துரையவர்கள் சமுகத்துக்கு ஏரவலூருக்குச்சேர்ந்த தாலுகாவைச் சேர்ந்த காவலூர்ப்பட்டி ஜமீன்தார் அரசப்பன் எழுதிக்கொண்டமனு அர்ஜி:

னனவெனறுல, மாஜிஜமீன்தாரமுததுகஷணமநாயகர்உயிருடனேயிருககசசே (123) தானே தமககுபபிறகாலம தமமுடைய ஜமீன்தாரியைஆளுகிறதறகு, தமககுப்பிளளைகளாவது சகோதரர்களாவதுஞாதிவர்க்கததிலனனைவிடவேறேபாததியஸதர்களாவதுஇலலாமையினாலே, தமககுசசரீரசெளககியததபபியிருநததைககணடு, அவரேயெனனைமுனனாடிவரவழைதது, யிநநாளவரைககும்தமமிடததிலவைததுககொணடிருநது, தமககாலததில, ஜமீன்தார்முறைமைபபடிககும, எஙகளசாதிமுறைமைபபடிககும, பககதது ஜமீனதார்களுமறறுமிஇஸதிமிரார்கிராமஙகளினதுடிகளும்கூடிய தமமுடைய மூத்ததாரமானலகஷமிநாசசியாருடையுஞ்வனும்சததுககு டிஇஸதிமிரார் கிராமஙகளைசசேர்நதசநதனபபட்டி [Santhal-wood-hamlet] யெனகிறகிராமததையும, இளையதாரமானகனகவலலிநாசசியாருடையுஞ்வனுமசததுககு கிளியனூர் [Paroquet-town] கிராமததையும, மரணசாதனததிலெழுதிவைதது, அநதபபடிககுஅவர்களுககுஎனனிடததிலும எனக்குஅவர்களிடததிலும உடனபடிககைகளபிறப்பிததுககொடுதது, அபபுறமஎனககுபபட்டங்கட்டிவைததுவிட்டு, தெயவகதியையடைநதுபோயவிட்டார். பினபுஅவருககுத்தகனசஞ்சயனகருமஙகளுமநானேநிறைவேறறிவைதது டிஜமீனதாரியைஆணடுகொணடுவருகிறேன.

ஆகையால, துரையவர்களதயவுசெயது, மாஜிஜமீன்தார் பேரால்இருககிற இஸதிமிரார்கணககுகளைஎனபேராலதாககலசெயதுகொணடு, இனிமேல இஸ்திமிரார்கிஸ்திபபணததைஎனனிடததிலவசூல்செயயும்படியாகவும இனிடிஜமீன்தாரியைககுறிததுபபிறககுஞசனனதுகளையெனபேரால அனுபபும்படியாகவும, உததரவுசெயயவேணுமெனறு மிகவுநதஙகளுடையகனததைக்கோறுகிறேன.

அரசப்பன. ஜமீன்தார்.

கஅ௨டு ஞ செப்டம்பர் மீ
காவலூர்ப்பட்டி.

2. *The Collector angry!*

[ஜமீன்தார்] மன்றாடி அப்பாசபிள்ளை தாசில்தார் தாலுகேவேரவலூர்ச்சீமை [பர அபிப்பிராயம்]:

தரிவிலலா, உமமுடையதாலுககாவைசசேர்நத காவலூர்ப்பட்டிஜமீன் தார இறநதுபோனதாகவும, அவர்சரீரசெளககியமிலலாதிருநதபோது தமமுடையபஙகாளிககு டிஜமீன்தாரியைபபட்டஙகட்டிவைததுவிட்டுபபோன

தாகவும, அபபடிபபடடவகடடிககொணடதாககசொலலுகிறவரசபபகாயக
ரெனகிறவர் தமபேராலஇஸ்திமிரார்கிராமஙகளைததாககலபணணிககொள
ளவேணுமெனறும அருருககுஅர்ஜியெழுதிககொணடிருககிறார்.

நீர்-டிஜமீன்தாரிறநதுபோய அவருககுபபதிலாகமறறொருததர்வநது அர்
ஜியெழுதுகிறபரியநதம் டிஜமீன்தாரியைஜப்திசெயயாமலும அதுசஙகதி
அருருககுததெரியபபடுததிவையாமலும இருநதசபபெனன? டியார்அருரு
ககுஎழுதிககொணட அர்ஜியைஇதுககுள்மலபூப்செயதிருககிறதைபபார்ததுக
கொணடு உடனேசதராஹிபாபதளைகசசெமமையாக விசாரணைசெயது பயான்
வார்ஹிததிலாசெயகிறதுநதவிர டிஜமீன்தாரியைஜப்திசெயது ஜப்திகணக
கும சதராஹிவிசாரணையிலவாஙகபபடட தஸ்தாவேஜுகளைசுததா இனறுமு
தல (அ) நாளைககுளளாக, ஜாஹிர்செயயவும; அபபடிசசெயயாமல டிசங
கதியிலசுஸ்தியாகவிருப்பீரேயாகில, உமமையுடனேதாசிலஉததியோகததி
னினறுமபர்த்ரப்செயயபபடும.

முகாபிலா: லக்ஷ்மணராவ.
ஹேட் (head) ஜவாப்நவீஸ்.)

கிஃடய ஒு செப்டெம்பர் மீ கஉ
டி.ராம் மனுஷன் குப்பம

ஜில்லாகலெக்டர்.

3. *Tāhsildār's excuse, seizure of goods, and full investigation.*

சாவல்கூர்ச்சிரிஸ்ததார்தாசில. ம. சுபபுராயபபிளளை எழுதிககொணட அர்ஜி:

எனனமெனறால் தாலுக்மஜகூர்காவலூர்ப்பட்டிஜமீனதார் இறநதுபோய
அவருககுபபதிலாகதமககுபபடடமாயிருககிறதாகவும்தமமுடையபேரைச
சர்க்காரிஸ்தாககலபணணிககொளளவேணுமெனறும அரசபபகாயகர் என
கிறவர்அருருககெழுதிய அர்ஜியைஅனுபபிவைததிருககிறோம்; அதைததரி
யாபததுசெயது பயான்வார்ஹித்திலாசெயகிறதுநதவிர டிஜமீன்தார்இறந்து
போனவுடனேசதராஹிஜமீனதாரியைஜப்திசெயயாமலிருநததறகுமுகாநதர
மெழுதசசொல்லியும டிஜமீன்தாரியை (அ) நாளைககுளளாகஜப்திசெயது,
ஜபதிகணககுசுததா அஜூருககுததெரியபபடுததசசொலலியும பித்விபோல
பிறநத (ராயல்) -ாவது கூ பர்வானசாதராசசுது.

சதராஹிஜமீனதாரயிரசலுகையிலலாதிருநதது பித்விககுசசுததமாய்த்தெரி
யாது; ஏனெனறால தாலுககாவிலவிஸ்தரிசசு[1] சன்வாதுபாககியிருககிறபடி
யால. அதைவசூலபணணிசசீககிரததிலஇர்சாலசெயயாமற்போனால உமமுடை
டையபேரிலஜுயாசததுககிடமாகுமெனறு போன மீ (௰௨) ௨--யில பிறநத
கூக -ாவது கமிபர் சனனதுவநதிருநததே; அநதஉததரவினபடிபிதவிமாகாணம
பேஷகார்களுககுஜோர்தாககீதுசெயது டிசனவாதுபாககியைவசூல்செயது
கொணடுவருகிறபோது மஙகலம்மாகாணமபேஷகார் தனனுடையபட்டததி
விருககிற சன்வாதுயாககி (கூக) -த்து சமசாசசமஞபாயஇபபோவசூல்செ

[1] See விஸ்தரிசு and 163, 123. It is vulgarly = *far and wide*

யகிறதனஞ்குடிகள்[1] அராமஜாதாவாயிருக்கிறபடியால தனனுடையகுடியதர்ததுகளசெயயுமவருலாகிறதாய், நககவிலலையெனறுஓலையெழுதினன. அதறகாகபபித்வி பேரன ௴ (உஎவ) சாயஙகாலமதாவுககாவைவிடடுபபுறபபடடு (௬௰வ) அவவிடமடடாயச்சேர்தது குடிசன்வாதுபாககியைவசூலசெயதுகொண்டிருநதேன

அபபோது காவலூரபபடடவடடமபேஷ்கார் சதாவுஜமீன்தார்நாளது ௴ (௬௨) சாயஙகாலம இறநதுபோனதாகஓலையெழுதினன. அதுபித்விகருநாளது ௴ (௬வ) சாயஙகாலமவநதுசேரநதது. அதைபபார்ததவுடனே பித்வியஙகலமமாகாணததைவிடடுபபுறபபடடேடாக்கோட்டாக்காயநாளது ௴ (௬௨) காலமேசதாவுகிராமததுககுவநதுசேர்நதேன. அபபடிநானவநதுசேருகிறததுககுளளே வழியில அஜுரிவிருநது குதாககிது வநதது. உடனேஅகதத்தாககிதைபபார்ததுககொணடு உததரவினபடி குஇஸதிமிராரசாபபிடததிலிருநதபணபபெடடியைச்சோதித்தவிடததில ரூபாய் ௰௬௨௲ அணு ௬ பைசு அ - உம். இருநதது. அதுகளைமுததிரிததுககொணடு, குடிகிராமஙகளினகுடியானவங்களைவரவழைதது இனறுமுதறகொணடுசேர்க்காருககுபபணஙகடடசசொலலியும சாககாருததாவினபடிகடாதவரசசொலலியும் அவர்களுககுதாககிதுசெயது அவர்களுடையநஙகளுககுசசுருணைகளைமுததிரையிடடு ககதுபெடடியையுடனேதாலுக்காக்கசசேரிககு அனுபபிவிட்டேன. அபபாலகுஜமீன்தார்வீடடுககுள்பபுகுநது அவருடையசாமானகளைஜப்திசெயய ஆரமபிததேன.; அபபோதுகுஜமீன்தாருடையபெண்சாதிகள்கையாணடுகொள்வதறகாகசசிலசாமானகளவேணுமெனறுகேடடுகொணடதினல அபபடியேகொடுககபபடடதஙகம வெள்ளிசெமபு பிததளை இருமபுமாமுதலான சிலசாமானகளஜின்சு (அ-க்கு) மதிபபுரூபாய் (௬௬௰ அணு ௪ பைசு ௬-க்கு) விபரமாகஜாபிதாவெழுதி (p. 124) சர்க்காரார்கேடகுமபோது அதுகளை ஆசர்செயவதறகுகுபெண்டுகளுடையகையெழுததும அவர்களுககுமாகபர்ஜாமீனகொடுததவர்களுடையகையெழுததுமவாஙகிககொணடு மறறசாமானகளஜின்சு (௬-க்கு) உருபபடி (௱௩௰) இதுகளை ஜப்திசெயதுபோலீசு ட்டாணுககாரன (௰) -ாவது நம்பர் பேதாசுபபாசன வசககில ஒபபசசுபபோடடு பித்விகுஜமீனதார்வீடடுததிணணையினபேரில்த்தானேகசசேரிசெயதுமகாணடு சேவகர்மூலமாககசசடுதியிலஆசபபடடவர்களையெலலாம்தருவிதது குஅரசபபநாயகர்எழுதிய அர்ஜியைவிசாரணைசெயயஆரமபிததேன.

(A) The Claimant.

சேவகரால ஆசர்பபடுததின (௰௩) நபர்களில முதலஅருருககுஅர்ஜிஎழுதினஅரசபபநாயகரைவிசாரணைபணணதில (for பண்ணினதில்): மாஜிஜமீனதாருமமுடையஜமீனதாரிககு இவருககுபபடடஙகடடிவைததுபபோனதா

[1] An abusive term. Here = *rebellious*.

கவும, படடஙகடடினபினப அவருககுச்சரீரமலகுவாகிறதுபோலவிருநதி ஞலே அவருககு அதமுழுதுஞசொஸதமான பினபு அவர்இநதககாரியததை கருதிதது சர்க்காருககுததெரியபபடுததலாமெனறிருநததாகவும, அவர்இறநது போகிறது அவருககுததெரியாமலஇறநதுபோயவிடடதாகவும, அதனாலஇதைச் சர்க்காருககு அவாதெரியபபடுததவிலலையெனறும, அவரிருககையில அவ ரைமிஞசித்தாம்அதைச்சர்க்காருககுததெரியபபடுததககூடாதெனறிருநததா கவும, அவர் இறநதுபோகவே அவருககுசசொபபனஙகடஙகுகளைச்செயது போடடு இதை உடனேசர்க்காருககுததெரியபபடுததினேனெனறும, அதறகு (இனனாரினனார்) சாட்சியிருககிறார்களெனறும; வாககுமூலமெழுதிவைதத தார்.

(B) The Zamindār of Āmūr.

ஷ அரசபபநாயகர்தமககுசசாட்சிகளாகசமசானஙகளில் ஆமூர்ஜமீ னதாரைககேடடதில தாமமாஜிஜமீனதார்சரீரசவுககிய லலாமலஇருநததை பபார்க்கஅவரிடததிறகுவநததாகவும, அநதஜமீன்தார் தமமுடைய ஜமீன்தா ரியைததமக்குப்பிற்காலம் ஆணடுவரும்படியாக இநதஅரசப்பநாயகருககுப படடஙகடடிவைததாரெனறும், அவருடைய இரணடுபெண்சாதிகளும் ஜீ சீவனம்சததுககாக (௨) கிராமஙகளைவிடடு அவர்களுககுமஇநதஅரசப்பநா யகருககும்உடனபடிககைகள்பிறபபிததுககொடுததாரெனறும்; வாககுமூலம் எழுதிவைததார்.

(C) The Zamindār of Vāthūr.

வாதூர் ஜமீன்தார் கான்மாஜிஜமீனதார் இறநதுபோனசேதிகேடடு அவரு டையசமஸ்காரததுககாகபபோனவிடததில் இநதஅரசபபநாயகர் மாஜிஜமீ னதார்அவருடையஜமீனதாரிககுத்தமககுபபடடஙகடடிவைததாகவும்இனி மேலஅதைத்தாம் ஆளபபோகிறதாகவும இவர்வாயினாலேசொல்லக்கேள்விப படடேனெனறு; வாககுமூலமெழுதிவைததார்.

(D) The Doctors.

ஷ அரசபபநாயகரால் சாககிகளாககுறிககபபடட அணணாவையன சாம பையன (௨) பேரும்-காலஙகளமாஜிஜமீனதாருககுவைததியமபணணதாகவும்; அவர்இறநதுபோக (௰) நாளமுனனுடி அவருககுவாயவடைததுபோசசுதென றும; இநதஅரசபபநாயகருககு மாஜிஜமீனதார்படடஙகடடிவைககவிலலை யெனறும; அவலை ஷஜமீன்தார்தமமுடைய மூத்ததாரததினதமபியைத்தாம் சுவிகாரமபணணிககொளளபபோகிறதாகசசொலலிககொணடிருநததாரென றும; வாககுமூலமெழுதிவைததார்கள.

(F) Two Residents of Çanthana-Paṭṭi.

சநதனபபடடி கிராமதது சகுடிகளாகியகிஷணபபிளளை வேலபபடையா ட்சி இவர்களிருவரும தஙகளைமாஜிஜமீனதார்ஒருநாளவரவழைததது, எனறு

டையஜமீனதாரிகளுஇநத அரசபபநாயகருககுபபடடஙகடடிவைககிறேன, உஙகளுடையகிராமததை எனனுடையமுதத பெணசாதிககுககொடுததுவிட டேன; நீஙகளினிமேல அவளிடததிலஙகாயதாப்பணததைசசெலுததி ரசீதுவாஙகிககொளளுஙகோள் (கோள் vulg. for கள்) எனறு எஙகளுடனசொலலி இநதஅரசபபநாயகருககுஙகளுமனபாகவேபபடடஙகடடிவைககார் மேலும்மாஜிஜமீனதார்தமமுடைய( )-ாவது-பெணசாதிககுககிளியனூரக கொடுததுவிடடதாகவும அநதபபடிககு அவாகளுககுஉடனபடிககைகளை பிறநதிருககிறதெனறுஞ்சொனனார்; இதுகளநாஙகளறிவோமெனறுவாககுமூலமெழுதிவைததார்கள.

(F) Two Inhabitants of Kiḷiyan-Ūr

கிஜமீனதாரியைசசேர்ந்த கிளியனூர் குடியாகிய மூததுககவுண்டன் ராயபபடையாட்சி, இவர்களிருவரும மாஜிஜமீனதார் இநதஅரசபபநாயகருககுபபடடஙகடடிவைததததைஅறிவோமெனறும், தஙகளுடையகிராமததைததமமுடைய இளையதாரததுககுசசீவனுமசததுககாககொடுததுவிடடதாகமாஜிஜமீனதார்தஙகளுடனசொலலி இனிமேல்தமமுடைய (உ-ாவது) பெணசாதிககுஆய்தாபபணததைககடடிவரசசொனனாரெனறும்; வாககுமூலமெழுதிவைததார்கள.

(G) The Estate-Secretary and the Accomptant.

இஸ்திமராசசமபிரதி கவிதீர்ததாபபிளளை கணககுகோவிநதபிளளை இவர்களிருவரும: மாஜிஜமீனதார்தமககுசசரீரசவுககியமிலலாமலிருநதபோது இநதஅரசபபநாயகரைவரவழைதது அவருககுபபடடஙகடடிவைததார் எஙகளைஅவர்சொல்படிகேட்டு நடநதுகொளளசசொலலியும, சநதபபடிகிளியனூா இநத (உ) கிராமஙகளுடையவருமானததைஎனனுடையபெணசாதிகளுககுசசீவனுமசததுககாககொடுததுவிடடேன, ஆதலால்நீஙகளஅககிராமஙகளினவருமானஙகளை இஸ்திமிரார்கணககில்மினுஹாசெயதுபோடுஙகளெனறுசொலலியும, உததரவுபணணினார்

அதறகுமேலஎஙகளமுனனிலைககுஇநதஅரசபபநாயகருககும மாஜிஜமீனதாரினபெணசாதிகளுககுமஉடனபடிககைகளுமபிறநதிருககிறதுகள. அநததசேதிமுதலநாஙகளஅககிராமஙகளினவருமானததையும இஸ்திமிரார்கணககில்கழிதது எழுதிககொணடுவருகிறோம எனறு; வாககுமூலமெழுதிவைததார்கள.

(H) The Treasurer.

சராபபு வரதபபமசெட்டி என்கிறவன் மாஜிஜமீனதார் இநத அரசபபநாயகருககுபபடடஙகடடிவைககவிலலையெனறும,ஆனால அவருடையமுதல்ப்பெணசாதியினதமபியைசுவிகாரமபணணிககொளளுவதாசசொலலிககொணடிருநதாரெனறும; வாககுமூலமெழுதிவைததான.

(I) The Senior Widow.

மாஜிஜமீனதாருடைய முதல்பபெணசாதியாகிய லங்ஷமிகாசசியார்:
அவர்செமமையாயிருநதபோது எனனுடையதமபியைசசுவிகாரமபணணிக
கொணடு அவருககுஇநதஜமீனதார்ப்படடததைக்கடடிவைதது அவர்[1] கையி
னாலே கருமாநதமுதலானதுகளுமசெயவிததுககொளளவேணுமெனறு அவ
ருககு[1] ஓலையெழுதி அவரைவரவழைததார். அவர்[1] வநதுசேர்ந்ததறகுமுன
னமே அவருககுவாயடைததுபபோசசுது; அதினாலேஅவரனுமதிபபடிககு
அவர்வநதபிறபாடு, நானவரைச்சுவிகாரமபணணிககொணடேன. அவர்
இறநதுபோனதுமுதல அவருககுசசெயயுஞசடஙகுகளுமஎனதமபியைகயால்
செயவிததுககொணடுவருகிறேன; எனனுடையவிசனமஞசூதக்முந்தீர்ந்த
பிறபாடு சர்க்காருககுததெரிவிதது எனனுடையசுவிகாரபுததிரருககு ஷைபட
டததைககடடிககொளளவேணுமெனறுநானிருககசசேமததியில இநதஅரசப
பநாயகர் எஙகளைமோசஞசெயயவெணணப்படடு எஙகளஎசமானர்தமககுப
படடஙகடடிவைததாகசசொலலிககொணடு சிலபொய்ச்சாக்ஷிகளையுமேற
படுததிககொணடு, அஜூருககுஅர்ஜியுமெழுதி இநதமடடுமவிசாரணைககுக
கொணடுவநதுவிடடார். இவருககுமஇநதஜமீனதாருககுமெவவளவுஞசமப
நதமிலலை; இநதசசஙகதியைககுறிததுத்தாஙகளசெமமையாகவிசாரணைப
பணணி எனனுடையசுவிகாரபுததிரருககுபபடடஙகடடவேணுமெனறு; வக
கில்மூலமாகவாககுமூலமெழுதிவைததாள.

(J) The Junior Widow

ஷைஜமீன்தாருடையஇரணடாவதுபெணசாதி கனகவலலிகாசசியாா எனகி
றவள: ஷைஜமீனதார்இறநதுபோக (௨) மாசததுககுமுனனே மதுரையிலவட
டிலிருககிறதன்தாய்வீடடுககுததானபோயிருநததாகவும; தனபுருஷனஇறந
துபோனஅனறைககுததானிவிடமதானவநததாகவும; தனனுடையசககள
ததி அவளதமபியைச்சுவிகாரமபணணிககொணடதாகத்தானவநதபிறபாடுதெ
னனோடுசொனனாளெனறும; மததியிலஇநதஅரசபபநாயகர் தனனுடையபு
ருஷன இருநதபோதேதமககுபபடடஙகடடிவைதததாகசசொலலுகிறானெ
னறும்; ஷைபடடததைககுறிததுகடநதசஙகதிகளிலே தனககொனறுநதெரியா
தெனறும; தஙகளுடைய ஜமீனதாரியைபபஙகிடடுததனனுடைய பாகதது
ககுணட ஙுணைகைத் தனககுககொடுககவேணுமெனறும; வககிலமூலமாகவாக
குமூலமெழுதிவைததாள்.

(K) The Widows' Signatures.

ஷைஇருவருடையவும ய்கைகளும எழுதிவைததவாககுமூலஙகளையெடுததுக
கொணடு பிதிவிநேரே ஜமீன்தாரியினுடையபெணசாதிகளிடஙகளுககுதத
னிததனிப்போய், அவரவருக்கு அநதநதவாககுமூலததைப்படிததுச்சாணபி-

[1] Note the ambiguity in the use of அவர்.

தது அததுசரிதானுவெனறுகேடடேன. அவரவர்தமதம்வககீல்எழுதிவைதத
வாககுமூலததையொத்துக்கொணடு அததிலதனித்தனிகையெழுததுவைத
தார்கள. (H. B., § 108*, p. 93.)

(L) Summing up.

சேவகனுல ஆசர்ப்படுததியகணக்கர்களமூனறுபேரிலகோவிநதபிளளை
(see G) போக (169) மறற (உ) பேரையும்கேடடதில் அவர்களநாஙகள் ஊரு
ககுபபோயிருநதுஇனறையகிளாநதான்இவிடததுககுவநதோம; எஙகளுகககு
இதைபபறறியாதொனறுநதெரியாதெனறுசொனனபடியால் அவர்களிடததில
வாககுமூலமவாஙகவிலலை.

அரசபபநாயகர்மாஜிஜமீன்தாரினபெணசாதிகள எழுதிககொடுததிருககிற
தாகஆசர்ப்படுததிய உடனபடிககைகளைபபடிததுபபார்த்தவிடததில சமபிரதி
கலிதர்த்தாபபிளளையும்கணககுகோவிநதபிளளையும (see G) அதிலசாட்சி
கையெழுததுபோட்டிருககிறபடியால அவர்களிடததிலஉடனபடிககையின
சாகஷி[illegible]வாககுமூலமவாஙகவிலலை.

சுற்றுப்பக்கம் விசாரிக்கவேண்டியதின் மெய்பொய் அறிய சுற்றுப்புறம் (=
அக்கம்பக்கம்) வீடுகளிலிருககிறவர்களைவிசாரிசசதில அநதமமாளமாஜிஜமீ
னதார்இறநதுபோக (௰) நாளமுனனேவநதுவிடடாளெனறும; முதல்த்தாரஞு
சொனனபடிககு அநதமமாளுடையதமபியைசசவிகாரமபணணிககொளள
மாஜிஜமீன்தார்நினைததிருநததிலலையெனறும; அநதமமாளுடையதமபி எப
போதுமிவிடததிலை (லை for லே)யேகுடியாகவிருநததாலஅவரைமாஜிஜமீன்
தார்வரவழைததாக, அநதமமாளசொலலுவதுபொயயெனறும; இநதஅர
சபபநாயகரைமாஜிஜமீனதார் ஆள்விடடுவரவழைததுபபடடஙகடடிவைத
தது நிசமெனறும; சொலலுகிறார்கள.

அவர்களைஇவர்களில்யாருஞ்சாகஷியாகக்கோராதபடியால அவர்களிடத
திலுமவாககுமூலமவாஙகவிலலை.

ஜமீன்தார்களுககுபபிளளைகளிலலாமலிருநது வேறொருவரைஅவர்கள சு
விகரிககவேணடுமானால அநுசஙகதிசர்க்காருககு அவர்களதெரியபபடுததி
அபபுறநதான அதுசெயதுகொளளுகிறவழககமுஞ்சடடமும (உண்டு).

அபபடிசெயயாமலும சககளததியினசமமதியிலலாமலும முதலபெண
சாதிவகதேசததில்சுவிகாரமபணணிககொணடதாகசசொலலுவதுநமபததகக
தாயிருககவிலலை;ய ஆனாலமாஜிஜமீன்தார்இறநதுபோனபினபு இநதமுதலப
பெணசாதிதானே தனதமபியைசசுவிகாரமபணணிககொளள எததனபபட

டதாகவும; அதறகாகசசிலரைககைவசபபடுததிககொணடு தனபட்சததிலே
சாகஷிசொலலிவைததாகவும; அககமபககததிலுளள ஆறுமாஜமீன்தாரும சநதனப
பட்டிகளியனூர்இதுகளினகுடிகளும சமபிரதிகணககர்களும சாகஷிசொ
னனபடிககும மறறவெகுசனஙகளசொலலுகிறபடிககும இநதஅரசபபநாய
கர்மாஜிஜமீன்தாருககுபபஙகாளிவரிசையிலமகனுககவேணடியபாததியதை

யைபபறறி இவரைமாறறுஜமீன்தார்வரவழைததுபபடடககடடிவைததசுகிச மாகவும; பெணகெளுககுஜீவனமசததுககுமேறசொலலிய கிராமஙகளின வருமானஙகளையும்வைததிருககலாமெனறுசதோனறுகிறது.

(M) Let them settle it among themselves!

ஆகையால, இவாகள ஷ ஜமீன்தாரியைககுறிதது எவவிதமாகவாவதுதல லோருஞ (p. 72) சமாதானபபடடுவருகிறபரியநதம அதைஜப்தியிலதானே வைதது சர்க்கார்கணககிலதாககலபணணிககொளளுமபடியாகபபிதவிபே ராலதாககிதுஆகவேணுமெனறும; ஷ இஸ்திமிரார்கிராமஙகளைவிசாரணைசெ யகிறதறகாக ஒருஅமினுவைநேமிதது அனுபபவேணுமெனறும; சமுகததுக குததெரியலாவதாக எழுதிககொணடேன.

இதுசஙகதியிலவாஙகினச ரஹ் இஸ்திமிரார்ஜப்திகணககு (௧) ஷ ஜமீன் தாருடையபெண்சாதிகளிடததிலகொடுததிருககிறசாமானகளுககாகமுததுகி ருஷணபிளளைஜாமீன்கசது (௧), ஷ தரியாபததிலவாஙகினஅரசபபநாயகர்வா ககுமூலம (௧), ஆமூர்வாதூர்ஜமீன்தார்களினவாககுமூலஙகள (௨), சாமனை யன அணணுவையானவாககுமூலம (௧), சநதனபபடடி கிளியனூர்கிராம ககுடிகளின வாககுமூலஙகள (௨), சமபிரதிகணககனவாககுமூலம சராபபுவரதபபசெடடிவாககுமூலம (௧), சதாஹ்ஜமீன்தாருடையபெண்சா திகளினவாககுமூலஙகள (௨), அசலபிட்டிஷன (௧), ஆகதஸதாவேஜுகள (௰௩) உம் இததுடனசமஸ்ுமததுககுஅனுபபிவைததிருககிறேன

[illegible]

கஅ௲ளு (இன்ன) மீ (இன்ன) உ.

(N) Schedule of Property attached in this case (p. 118).

[illegible]

[illegible]

A. இஸ்திமிரார் கஜாஞமுபலரு இருபபு ரூ ௰௬உாரு அணா ௬, பை. ௰.

B. சதாஹிஜமீன்தாருடையகசசேரியிலுமவீடடுகளுளுமிருகத சாமான களினவிவரம:

வெள்ளிச்சாமானகள	உருப்படி	௰௭.
பித்தளை	௸	௸	௯௬.
செப்பு (131.c)	„	„	௨௯.
ஈய	„	„	௰௬.
மர	„	„	௱௪.
	ஆக ௸		௲௬௬.

இதுகளைமாஜிஜமீனதார்கசசேரிவீடடில்தனிததனியாகமுததிரைவைதது, தாலுககாக்குததிச்சேவகன அபபுரூவசம்செயதுஜவான் (௯) பேரைககாவல்வைததிருககிறேன.

C. மாஜிஜமீனதாருடையபெணசாதிகளிடததில்அவர்கள ஆண்டுவருகிறதறகாகமுததுகிருஷணபிளளைஜாமீனபேரில்கொடுததிருககிறசாமானகளின விவரம்:

தஙககைகைகள . . உருப்படிகள் ௫௯-க்கு மதிபபு ரூ ௯௯௫௭ அணா பை.

வெள்ளிககைகள்							
சாமானகள . . .	௸	௰௭	„	௸	„	௲௯௯	௰௨	„
பிததளைச்சாமானகள .	„	௫௬	„	„	„	௨௯௫	„	„
வெண்கலச்சாமான்கள	„	௨௭	„	„	„	௱௫௪	„	„
தாமபரச்சாமான்கள .	„	௰௧	„	„	„	௭௭	„	„
ஈயசசாமான்கள . .	„	௰௬	„	„	„	௯௬	„	„
இருபபுச்சாமானகள .	„	௱௬	„	„	„	௫௭		
மரசசாமானகள . .	„	௭௮	„	„	„	௯௭	௮	௬

ஆக ஜின்சு (.௪-க்கு) உருபபடிகள் ௯௭௬-க்கு மதிபபு: ரூ ௪௮௬௰ ௪ ௬

சதாஹிஇஸதிமிரார்கணககுச்சுருளைகள் ௰௬ உம், நகதுபெடடியுமதாலுககாகஜாஙாவிலமுததிரைபோடடுவைததிருககிறாதுகள.

[illegible]

[illegible]

[illegible]

END OF PART V.